പ്രണയത്തിന്റെ വർത്തമാനങ്ങൾ

Bodhi Books
Pathiyoor P.O., Kayamkulam
Alappuzha - 690508, Kerala, India
E-mail: bochibooks03@gmail.com
Tel: +91 9447304886

PRANAYATHINTE VARTHAMANANGAL
by **Sibu Vechoor**
Views / Malayalam

First Published: November, 2023

Typesetting: Bodhi Books
Cover Illustration: Artist Gopakumar
Illustration: Artist Sajith Panakkan, Aswin, Nila
Book Design: Chembarathi Creatives, Kottayam

ISBN: 978-81-959647-4-1

Price **Rs. 160**
Production No. B-B-160-1-200-11-23

Printed and bound in India by
Repro Mumbai

പ്രണയത്തിന്റെ വർത്തമാനങ്ങൾ

സിബു വെച്ചൂർ

ബോധി ബുക്സ്
കായംകുളം - 690 508

പ്രസാധകക്കുറിപ്പ്

ഞാനും നീയുമില്ലാത്ത അലൗകികാനുഭൂതിയാണു പ്രണയം. ധ്യാനലീനമായ വാക്കുകൾകൊണ്ട് പ്രണയാവസ്ഥയെ കോറിയിടുകയെന്നാൽ കവിതയെ കൂടെ നടത്തുകയെന്നാണർത്ഥം. കവിതയ്ക്കും പ്രണയത്തിനുമിടയിലൂടെ വായനക്കാരെ കൈപിടിച്ചു നടത്തുന്ന അത്തരം നൂറു കുറിപ്പുകളാണ് പ്രണയത്തിന്റെ വർത്തമാനങ്ങൾ എന്ന ഈ പുസ്തകം. സിബു വെച്ചൂരാണ് എഴുത്തുകാരൻ. ജിബ്രാനെയും ജലാലുദ്ദീൻ റൂമിയെയും ഓർമ്മിപ്പിക്കുന്നു, ഈ പുസ്തകത്തിലെ വരികൾ. ഭൂതകാലത്തിലേക്കുള്ള തിരിഞ്ഞുനോട്ടവും വർത്തമാനത്തിലെ യാഥാർത്ഥ്യങ്ങളെക്കുറിച്ചുള്ള അവബോധവും ഒരേസമയം വായനക്കാരിലുണർത്താൻ ഈ കുറിപ്പുകൾക്കു കഴിയുന്നു. ബോധി ബുക്സ് അഭിമാനത്തോടെ പുസ്തകം വായനക്കാരനിലേക്ക് പകരുന്നു.

സിബുവെച്ചൂർ

വൈക്കം, വെച്ചൂർ കാട്ടേഴത്ത് കെ.ആർ.ഗോപാലകൃഷ്ണന്റെയും രാധാമണിയുടേയും മകൻ.

കുടവെച്ചൂർ സെന്റ്മൈക്കിൾസ് ഹൈസ്ക്കൂൾ, ചേർത്തല സെന്റ് മൈക്കിൾസ് കോളേജ്, എസ്.എൻ.വി.ടി.ടി.ഐ. കാക്കാഴം, അമ്പലപ്പുഴ എന്നിവിടങ്ങളിൽ വിദ്യാഭ്യാസം. കേരള യൂണിവേഴ്സിറ്റിയിൽനിന്ന് സോഷ്യോളജിയിൽ ബിരുദം, മധുര കാമരാജ് യൂണിവേഴ്സിറ്റിയിൽ നിന്നും സോഷ്യോളജിയിലും, ടൂറിസത്തിലും ബിരുദാനന്തരബിരുദം, ആറൻമുള വാസ്തുവിദ്യാഗുരുകുലത്തിൽനിന്നും ട്രെഡീഷണൽ ആർക്കിടെക്ച്ചറൽ ഡിപ്ലോമ.

തിരുവഞ്ചൂർ ജുവനൈൽഹോം, ഹോട്ടൽ മാനേജ്മെന്റ് ട്രെയിനി, കെ.എ.പി. അഞ്ചാം ബെറ്റാലിയനിൽ പോലീസ് കോൺസ്റ്റബിൾ, കോട്ടയം, മലപ്പുറം ജില്ലകളിൽ താൽക്കാലിക അദ്ധ്യാപകനായും സേവനം അനുഷ്ഠിച്ചു ഇപ്പോൾ ചേർത്തല പള്ളിപ്പുറം ഗവൺമെന്റ് യുപിഎസ് പല്ലുവേലിൽഭാഗം സ്ക്കൂളിൽ പ്രഥമാദ്ധ്യാപകൻ.

ഭാര്യ: ഷീജ വി.കെ. (ഫാർമസിസ്റ്റ്, വണ്ടാനം മെഡിക്കൽകോളേജ്, ആലപ്പുഴ) മക്കൾ: അശ്വിൻ കെ.എസ്., നിള കെ.എസ്.

വിലാസം: കാട്ടേഴത്ത്, അംബികാമാർക്കറ്റ് പി.ഒ., വൈക്കം,
കോട്ടയം - 686144.
ഫോൺ: 9961733009, 9497677009
E-mail: krsibu@gmail.com

മുഖമൊഴി

പ്രണയത്തിന്റെ തീക്കടൽ കടഞ്ഞെടുത്ത വർത്തമാനങ്ങൾ അമൃതമഴയായി പെയ്തിറങ്ങുന്നു. സ്നേഹം, ഉപമകൾക്കും അലങ്കാരങ്ങൾക്കുമപ്പുറമുള്ള ജൈവ പ്രേമാമൃതക്കെട്ടിന്റെ പിന്നാമ്പുറ സത്യങ്ങളാണ്.ബിംബങ്ങളിലെ പ്രണയാതുരത കാലം ഏല്പിച്ച വടുക്കളായി ഹൃദയത്തെ തപിപ്പിക്കുന്നു. നിരാസത്തിന്റെയും തിരസ്കാരത്തിന്റെയും ആഴങ്ങളിൽ മുറിവേറ്റ ഹൃദയത്തിന്റെ തേങ്ങലുകൾ കുറിപ്പുകളിൽ ഉടനീളം ഒളിഞ്ഞിരിപ്പുണ്ട്. അറിഞ്ഞോ അറിയാതെയോ മനസ്സിൽ പെയ്തിറങ്ങിയ കുറ്റബോധത്തിന്റെയും നൈരാശ്യത്തിന്റെയും, നനുത്ത തേങ്ങലുകൾ പ്രണയത്തിന്റെ മിഴിതുറക്കുന്നു. എരിയുന്ന കനലും അമരുന്നചാരവും പ്രണയത്തിന്റെ സങ്കീർത്തനങ്ങളായി കാതരഹൃദയ സങ്കല്പ വനികയിൽ ഉഷ്ണമഴ പെയ്യിക്കുന്നു. അവസാന ശ്വാസത്തിനു തൊട്ടുമുൻപു വരെയുംഎന്റെനിശ്വാസത്തിന്പ്രണയത്തിന്റെഗന്ധമുണ്ടാകണമേ, എന്ന് ഞാൻ വല്ലാതെ ആഗ്രഹിച്ചുപോകുന്നു.

പ്രണയവർത്തമാനങ്ങൾക്കിടയിൽ മനസ്സിൽ പെയ്തിറങ്ങിയ അനുരാഗം രാഗതാളമേള ഘോഷത്തോടെ മഴപെയ്ത്ത് ആഘോഷിക്കുന്നു. മഴകഴിഞ്ഞാലും മരം പെയ്യാറുണ്ട്; പ്രണയവും അങ്ങനെതന്നെ. എന്റെ ഈ മൂന്നാമത്തെ പുസ്തകരചനയിൽ എനിക്ക് കരുത്തുപകർന്ന ജേക്കബ്ബ് കുരിശിങ്കൽ, ഷാജി മഞ്ജരി, പ്രശാന്ത് പത്മരാഗം, മണിലാൽ പാലൂർ, ഷോല എസ്, ശ്രീദേവി കെ.എസ്., ജിൻസിമോൾ എന്നിവരോടും കവർപേജ് ഡിസൈൻ ചെയ്ത ആർട്ടിസ്റ്റ് പി.ജി. ഗോപകുമാർ മിഴിവാർന്ന ചിത്രങ്ങൾ വരയിലൂടെ സന്നിവേശിപ്പിച്ച എന്റെ മകൻ അശ്വിൻ, മകൾ നിള, ആർട്ടിസ്റ്റ് സജിത്ത് പനക്കൻ എന്നിവരോടും നന്ദി പ്രകാശിപ്പിക്കുന്നു.

ഒത്തിരി സ്നേഹത്തോടെ

സിബു വെച്ചൂർ

ഒരിക്കൽ നീ എന്നോടു ചോദിക്കും,
എന്റെ ജീവിതമോ നിന്റെ ജീവിതമോ പ്രധാനമെന്ന്.
ഞാൻ പറയും എന്റേതെന്ന്.
അപ്പോൾ എന്റെ ജീവിതം നീ തന്നെയായിരുന്നു
എന്നതറിയാതെ നീ നടന്നകലും..

-ഖലീൽ ജിബ്രാൻ ഖലീൽ

എത്രയാർദ്രമീ, പ്രണയവാക്കുകൾ

എഴുത്ത് എന്നത് ഒരു സാംസ്ക്കാരിക ഇടപെടലാണ്, അത് കഥയായാലും കവിതയായാലും ലേഖനമായാലും മനസ്സിനെ സമൂഹത്തിനുമുന്നിൽ നിവർത്തി വിരിച്ചിടുന്ന രചനകൾ എന്നും സ്വീകരിക്കപ്പെടും എന്നതിൽ സംശയമില്ല. ദാർശനികമായ ഉൾക്കാഴ്ചകളോ പ്രശ്നപരിസരത്തിലെ ബാഹ്യവീക്ഷണങ്ങളോ അതിന് വേണമെന്നില്ല മനസ്സിന്റെ നനവുകളിലേക്ക് എത്തുന്ന എന്തും സാഹിത്യത്തിന് പഥ്യമാവുന്നു. ധാർമികതയുടെ വർത്തമാനമോ വായനയുടെ വിഷമസന്ധികളോ അതിനെ അലട്ടുന്നില്ല. അത്ഭുതം കൂറുന്ന ഒരു നിത്യശിശുവിന്റെ സാന്നിദ്ധ്യം ഏതൊരു എഴുത്തുകാരന്റെയും ഉള്ളിലുണ്ട്. ''തുറന്നിട്ട ജാലകത്തിലൂടെ നോക്കുമ്പോഴല്ല, അടച്ചിട്ട വാതിലിലൂടെ നോക്കുമ്പോഴാണ് കൂടുതൽ കാര്യങ്ങൾ കാണാൻ കഴിയുന്നത്'' എന്ന് ബോദ്‌ലെയർ പാടിയിട്ടുണ്ട്. മനസ്സിന്റ പ്രണയവും സന്ത്രാസവും ദുഃഖവും വിരഹവും ആലസ്യവുമെല്ലാം മനുഷ്യന്റെ സർവ്വകാലികമായ പ്രശ്നങ്ങളായിരുന്നു. ഒരു പക്ഷേ, അത് ജീവിതത്തിന്റെ വലിയ പങ്കും അപഹരിച്ചെടുത്തുവെന്നും വരാം. പ്രണയത്തിന്റെ തീക്കടൽകടഞ്ഞെടുത്ത വർത്തമാനങ്ങൾ അമൃതമഴയായ് പെയ്തിറങ്ങുന്ന'' സിബു വെച്ചൂരിന്റെ രചന മനുഷ്യമനസ്സിന്റെ ജന്മവാസനയോളം ആഴത്തിൽ സ്പർശിക്കുന്ന ഒന്നായിരിക്കും എന്നതിൽ സംശയമില്ല.

മനുഷ്യനെ മനുഷ്യനായി പഠിക്കുക എന്നതായിരുന്നു (Man and Man) സിഗ്മണ്ട് ഫ്രോയിഡിന്റെ രീതി. ഒരു മനുഷ്യൻ ഭൂമിയിലേക്ക് ജനിച്ചുവീഴുന്നതു ലിബിഡോ (Libido) യുമായാണ് എന്നാണ് ഫ്രോയിഡിന്റെ സിദ്ധാന്തം. ലിബിഡോ എന്നുപറയുന്ന ലൈംഗികോർജത്തിനനുസരിച്ച് ചലിക്കുന്ന ഒരു യന്ത്രമായിട്ടാണ് മനുഷ്യനെ സങ്കല്പിച്ചിട്ടുള്ളത്. ഈ ലിബിഡോ കഠിനമായ മാനസികപിരിമുറുക്കത്തിന് ഇടയാക്കും. ശാരീരികപ്രവർത്തനങ്ങളിലൂടെയാണ് ഇതിന് അയവുവരുന്നത്. മാനസികമായ ഈ പിരിമുറുക്കത്തിനെയാണ് ഫ്രോയിഡ് സുഖം (pleasure) എന്നു പേരു കൊടുത്തിരിക്കുന്നത്. വേദ

നയിൽ നിന്നും സുഖത്തിലേക്കും വീണ്ടും വേദനയിലേക്കുമെത്തിച്ചേരുന്നതിനെ ഫ്രോയിഡ് സുഖതത്വം (pleasure principle) എന്നു വിളിച്ചു. അദ്ദേഹമിതിനെ വാസ്തവികതാതത്വ (reality principle) വുമായി താരതമ്യപ്പെടുത്തുകയുണ്ടായി. സുഖതത്വം വാസ്തവികതാതത്വവുമായി പലപ്പോഴും ഒത്തുപോവുകയില്ല. ഇവ തമ്മിൽ ഒരു പരിധിവരെയെങ്കിലും സംതുലനം ആവശ്യമാണ്. മാനസികാരോഗ്യത്തിന് ഇവ തെറ്റിയാൽ ഫലം ചെറുതോ വലുതോ ആയ മനോരോഗങ്ങളായിരിക്കും.

ഞാനിത്രയും വിശദീകരിച്ചത്, മനുഷ്യന്റെ ലിബിഡോ (കാമചോദന)യിൽ നിന്നാണ് പ്രണയത്തിന്റെ തുടക്കമെന്നും അതിന് ഇടയ്ക്കിടെ വരുന്ന ഭംഗം പ്രയാസങ്ങളുണ്ടാക്കുമെന്നും വീണ്ടും പ്രണയം മനുഷ്യ വർഗ്ഗം ഉള്ളിടത്തോളം നീണ്ടുനില്ക്കുമെന്നും സൂചിപ്പിക്കാനാണ് 'പ്രണയത്തിന്റെ വർത്തമാനങ്ങളിൽ' പൂത്തുനില്ക്കുന്ന ആത്മരതി ബാഹ്യവൽക്കരിക്കപ്പെട്ട കാമചോദന തന്നെയാണ്. പ്രണയമില്ലെങ്കിൽ മനുഷ്യനില്ല. കാമമില്ലെങ്കിൽ ജീവിതങ്ങളും. ഫ്രോയ്ഡ് കുറച്ചുകൂടി വ്യക്തമായി പറയുന്നു. "മനുഷ്യൻ അവന്റെ ശിശുസഹജമായ ചാപല്യങ്ങളെ (മാതൃരതി) തരണം ചെയ്ത് പക്വമായൊരു (Genitial orientaion) ലൈംഗികബോധം വികസിപ്പിക്കുന്നില്ലെങ്കിൽ അവന്റെ ഉള്ളിൽത്തന്നെയുള്ള ശിശുവിന്റെ താല്പര്യങ്ങളും പ്രായപൂർത്തിയായ ഒരു മനുഷ്യൻ എന്ന നിലയ്ക്കുള്ള അവന്റെ അവകാശവാദങ്ങളും അവനെ ഛിന്നഭിന്നമാക്കും." (ഫ്രോയിഡും മാർക്സും, എറിക് ഫ്രോം)അതിനാൽ പ്രണയവും അതിന്റെ സാഫല്യവും വിച്ഛിത്തിയും അക്കാലവും തുടർന്നുകൊണ്ടേയിരിക്കണം.

'പ്രേമപരാഗങ്ങളിൽ' മലയാളി പെൺകുട്ടികളുടെ (അപൂർവ്വം ആൺകുട്ടികളുടെയും) മനസിൽ പ്രേമത്തിന്റെ വിത്തുപാകി കിളിർപ്പിച്ച് ഈ നിലയാക്കിയത് മംഗളവും മനോരാജ്യവും കന്യകയും മറ്റുമായിരുന്നു എന്നത് സത്യമായ കാര്യമാണ്. അതിനു മുൻകാലങ്ങളിൽ പ്രണയകല്പനകൾ അയൽപക്കത്തെ മുൻഗാമികളുമായി ബന്ധപ്പെട്ട് ഉയർന്നുവന്നതായിക്കാം.കണ്ണാടിഘട്ട (Mirror age) ത്തിൽ പെൺകുട്ടികളിലെ പ്രണയം അവനവനോടുള്ള അനുരാഗ (Narcissism) മായിരുന്നു സ്വന്തം ഉടലിന്റെ ലൈംഗികതയിലെ അഭിരാമം പിന്നീട് വളർന്നു അന്യ പുരുഷനിലേക്ക് സംക്രമിക്കുന്നു. സിനിമാ പ്രണയങ്ങളും നെടുവീർപ്പുകളും ഇടവഴികളിലെ പ്രേമസല്ലാപങ്ങളും യൗവ്വനത്തിന്റെ വളർച്ചയെ നിർണ്ണയിച്ച ഘടകങ്ങളാണ് എന്ന് സിബു ചൂണ്ടിക്കാണിക്കുന്നു.

തിരയും തീരവും ഇന്നും നിലയ്ക്കാത്ത പ്രണയത്തിലാണ്. "കരിവണ്ട് പൂവിനോട് പറഞ്ഞത്" പ്രണയത്തിന്റെ വർത്തമാനങ്ങളാണ് പൂവിന്റെ മൗനം സമ്മതമായി വ്യാഖ്യാനിക്കപ്പെട്ട് അത് സത്യവുമായിരുന്നു. ഇല്ലായിരുന്നെങ്കിൽ പിന്നീട് കരിവണ്ടും പൂവും ഉണ്ടാകുമായിരുന്നില്ല. പ്രണയം സംഗീതമാണെന്നും പാർവ്വണ ശശിബിംബം പാൽതൂകിയ പ്രണയമാണെന്നും പഠിപ്പിച്ചത് കവികളാണ്. കവികൾ പ്രണയത്തിന് അനേകം വ്യാഖ്യാനങ്ങളും ധാരാളം ബിംബങ്ങളും നിർമ്മിച്ചു. "പെൺകുട്ടികൾ ശരിയായി ഉൾക്കൊള്ളുകയല്ല, പ്രണയിക്കാനാണ് ആഗ്രഹിക്കുന്നത്" (Women are meant to be loved, not to be understand) ഓസ്കാർ വൈൽഡിന്റെ ഈ നിരീക്ഷണം ശരിയാണെന്ന് സിബു വെച്ചൂരും സാക്ഷ്യപ്പെടുത്തുന്നു.

"അനുഭവങ്ങളുടെ തീവെളിച്ചത്തിൽ സ്നേഹസാഗരങ്ങളുടെ ആർദ്ര സംഗീതം" തന്നെ പ്രയോഗത്തിലെ പ്രണയതീഷ്ണത അവർണനീയമാണ്. 'തീവെളിച്ചം' 'സ്നേഹസാഗരം' എന്നീ പ്രതീകങ്ങൾ അതിശക്തവും അനന്തമായ കാലവും കവിഞ്ഞുനിൽക്കുന്നവയാണ്. പ്രണയം അതിനോട് താരതമ്യം ചെയ്യുമ്പോൾ കാലപ്രവാഹത്തിലൂടെ അനന്തതയിലേക്ക് നീണ്ടു പോകുന്ന ഒരു നദിപോലെ അവസാനിക്കാത്തതാണ്. നിലയ്ക്കാത്ത സംഗീതം പോലെ, ഒടുങ്ങാത്ത കാറ്റുപോലെ യുവഹൃദയങ്ങളെ കീഴടക്കുന്ന പ്രണയം വയോജനങ്ങളിലേക്കും പടർന്നു കയറുന്നു. മരണത്തിനുപോലും കീഴടങ്ങാനാവത്തതാണ് പ്രണയം.

പ്രണയത്തിന് ഫ്രോയിഡ് സൂചിപ്പിച്ച പോലെ ഇടയ്ക്കിടെ ഉണ്ടാകുന്ന തടസങ്ങൾ നല്ലതാണ്. പ്രണയത്തിന് പിരിമുറുക്കമുണ്ടാകാനും വെല്ലുവിളിച്ച് തടസ്സങ്ങളെ മറികടക്കാനും അത് ഉത്തേജകമാവുന്നു. സംസ്കൃതത്തിൽ രസാനുഭൂതി ഉണ്ടാകുന്നതിന് ഒരു ലക്ഷണം ചൂണ്ടിക്കാണിക്കുന്നുണ്ട്.

'വിഭാവാനുഭാവ വ്യഭിചാരി-
സംയോഗാത് രസനിഷ്പത്തി'

വിഭാവങ്ങൾ എന്നതുകൊണ്ട് അർത്ഥമാക്കുന്നത്. തെളിഞ്ഞ ആകാശത്തിലെ ചന്ദ്രിക, ഇളംകാറ്റ്, ഏകാന്തത, ഒഴുകിവരുന്ന മൃദു സംഗീതം എന്നിവയാണ്. അനുഭാവമാകട്ടേ കാമുകീ കാമുകന്മാരും. ഇവയുടെയെല്ലാം കൂടിച്ചേരലിൽ ഉത്ഭവിക്കുന്നതാണ് രസം. ഇതു തന്നെയാണ് പ്രണയം. "ഹൃദയത്തിൽ തേൻനിലാവ് പൊഴിക്കുന്ന നാദം പ്രപഞ്ചത്തിലെ അനുനാദത്തിലായിരിക്കും നാം രണ്ടുപേരും എത്തിച്ചേരുക" എന്ന വാചകത്തിലെ രസനിഷ്പന്നത (പ്രണയ

ഭാവം) ഭരതമുനിയുടെ രസസിദ്ധാന്തം തന്നെയാണ്.

"ഇന്ദ്രിയങ്ങളിലൂടെ ലഭിക്കുന്ന സുഖങ്ങൾക്കുപരിയായി കിട്ടുന്ന ആനന്ദമാണ് പ്രണയം. രാധ-കൃഷ്ണന്മാരുടെ പ്രണയത്തെ ഇന്ത്യൻ മിത്തോളജി ആദർശവൽക്കരിക്കുകയാണ് ചെയ്യുന്നത്. ഓരോ തവണ രാധ അമ്പാടിക്കണ്ണനെ ഓർക്കുമ്പോഴും ഹൃദയധമനി വരിഞ്ഞുമുറുകി പൊട്ടിയടർന്ന് ചുടുനിണത്താൽ ചാലു നെയ്യുന്ന രാസബന്ധമായി മാറും" എന്ന വാക്കുകളിൽ നിന്നും അവരുടെ പ്രത്യേകിച്ച്, രാധയുടെ. പ്രണയതീവ്രത ബോധ്യമാവാൻ കഴിയും. ആഗ്രഹങ്ങളെ സ്വപ്നത്തിലൂടെയും കല്പനകളിലൂടെയും സാധൂകരിക്കാൻ നാം പലപ്പോഴും ശ്രമിക്കാറുണ്ട്. അതിലൊന്നാണ് ദിവാസ്വപ്നം. നഷ്ടപ്പെട്ട പ്രണയത്തെ വീണ്ടെടുക്കുവാൻ നടത്തുന്ന പ്രയത്നങ്ങൾ പലരിലും പല പ്രകാരത്തിലുള്ളതായിരിക്കും.

"ജീവിതത്തിൽ നിന്നും ആർജിച്ച പ്രണായനുഭൂതികളുടെ സുഗന്ധം അഗ്നി തന്നെയാണ്. അത് കാറ്റിൽ പെരുത്തുപരക്കുന്ന കാമം അഥവാ രേതസുതന്നെയാണ്" ഊറ്റിയെടുക്കുന്ന ഗന്ധങ്ങൾ വാറ്റിയെടുത്ത് ഓർമയുടെ തൂതകളിലാക്കി കരളിലാണ് കുഴിച്ചിടുക (എം.എൻ. വിജയൻ, വൈലോപ്പിള്ളി കവിതാ പഠനം) മറ്റു ജീവികളുടെയെല്ലാം രതിയെ വിശാലമായ തലത്തിൽ തന്നെ നിയന്ത്രിക്കുന്ന ഒരു ഘടകമായ ഫെറമോണുകൾ വഴി ഗന്ധത്തിന്റെ സംവേദനങ്ങൾ സൃഷ്ടിക്കുന്ന സ്വാധീനം ചെറുതല്ല. പ്രണയം കാമത്തിന്റെ പ്രകടീകൃത രൂപമാണെന്നും അത് സാഫല്യമടയുന്നത് ഇതര പ്രവർത്തനങ്ങളിലൂടെയാണെന്നും സിദ്ധാന്തിക്കുന്നവരുണ്ട് എന്തായാലും പ്രകൃതിയുടെ ആത്യന്തികമായ നിലനില്പിന് പ്രണയവും രതിയും നിലനിന്നേമതിയാകും.

'പ്രണയത്തിന്റെ വർത്തമാനങ്ങളിൽ' ജീവിതത്തിന്റെ പല കാലങ്ങളേയും സിബുവെച്ചൂർ സ്പർശിക്കുന്നുണ്ട്. പ്രണയം ഏകകേന്ദ്രിതഭാവനാ വ്യവസ്ഥയല്ലെന്നും അത് ബഹുതലവ്യാപ്തിയുള്ള ജീവിതം തന്നെയാണെന്നും ആണ് സിബുവെച്ചൂർ ഈ കൃതിയിൽ സ്ഥാപിക്കാൻ ശ്രമിക്കുന്നത്. പ്രേമപരാഗങ്ങൾ, പറയാൻ ബാക്കി വച്ചത്, തിരയും തീരവും, കരിവണ്ട് പൂവിനോട് പറഞ്ഞത്, ആർദ്ര സംഗീതം, ഞാനുംനീയും, അഭീഷ്ടസിദ്ധി, കാമുകഹൃദയം, മരുഭൂമിയിലെ പൂക്കാലം തുടങ്ങിയ ശീർഷകങ്ങളിൽ പോലും പ്രണയത്തിന്റെ വർണരേണുക്കൾ കൂടിച്ചേർന്നിരിക്കുന്നതുകാണാം. വർണ്ണം, നാദം, ഗന്ധം, രുചി, സ്പർശം തുടങ്ങിയവയിലൂടെ മനുഷ്യൻ തന്റെ നിലനില്പി (Ek-Stasic) നായി മാത്രമല്ലാതെയുള്ള വീണ്ടെടുപ്പുകൾ

നടത്തുന്നുവെന്നും ജീവിതം ഉല്ലാസപൂർണമാക്കാനുള്ള ആഗ്രഹത്താൽ സ്വയമേവയല്ലാത്ത പ്രണയത്താൽ ബന്ധിക്കപ്പെട്ട നിലയിലാണെന്നും ഈ രചന അതിനൊരു ദൃഷ്ടാന്തമാണെന്നും കുരുതുന്നതിൽ തെറ്റില്ല.

വാക്കുകളെ സമർത്ഥമായി ഉചിതസ്ഥാനത്ത് പ്രയോഗിച്ചും കാല്പനികതയുടെ സൗന്ദര്യം ഒട്ടും ചോർന്നു പോകാതെ സന്നിവേശിപ്പിച്ചും യഥാർത്ഥ്യ വിചാരങ്ങളുടെ സൗന്ദര്യാത്മകതയിലൂന്നിയും, കാവ്യസമാനമായ, പ്രണയാവേഗങ്ങളൂടെ 'സൃഷ്ടി' നടത്തി രചിച്ച സിബു വെച്ചൂരിന് എന്റെ ഹൃദയം നിറഞ്ഞ അഭിനന്ദനങ്ങൾ. സ്നേഹത്തിന്റെ, പ്രണയത്തിന്റെ ഈ കാവ്യകുസുമങ്ങൾ അതിന്റെ ഗന്ധം എങ്ങും പരക്കട്ടെ. ഓരോ കാമുക/കാമുകി ഹൃദയങ്ങളിലും വായനയുടെ പുതിയ പരിസരത്തിൽ ഈ പുസ്തകം ഏറെ സ്വീകരിക്കപ്പെടട്ടേയെന്ന് ആശംസിച്ചുകൊണ്ട്...

ഡോ. പള്ളിപ്പുറം മുരളി

ചാരം മൂടിയ രാത്രികൾ

വഴിവക്കിൽ കാത്തുനിന്ന രണ്ടു കണ്ണുകൾ സജലങ്ങളായത് ഞാൻ അറിയുന്നുണ്ടായിരുന്നു. വേഷം മാറി രണ്ടു മൂന്ന് ഫർലോങ്ങ് നടന്ന് തിരികെ വരുമ്പോൾ വീണ്ടും നടന്നാലോ എന്ന് ഹൃദയം മന്ത്രിച്ചു കൊണ്ടേയിരുന്നു. അത്രമേൽ ആരുമറിയാത്ത ആത്മരാഗം ഇരുവരും സൂക്ഷിച്ചിട്ടുണ്ടാവും. യാഥാസ്ഥിതിക പ്രമാണിത്തങ്ങളിൽ ബാല്യത്തിന്റെ കൗതുക കാഴ്ചകൾ ചവിട്ടി താഴ്ത്തപ്പെട്ടത് ഹൃദയവ്യഥയോടെ പിന്നീട് അനുഭവിച്ചറിഞ്ഞു. കാലത്തിന്റെ ചവിട്ടുപടിയിൽ അപ്പോഴും കനൽ എരിഞ്ഞു കൊണ്ടേയിരുന്നു. ചാരം മൂടിയ ദിനരാത്രങ്ങൾ അതിന്റെ സാധാരണ ഒഴുക്കിൽ സഞ്ചരിച്ചു കൊണ്ടുമിരുന്നു. മോഹഭംഗങ്ങളുടെ ഉൾച്ചേരലിൽ കാലം സ്വാഭാവികത വരുത്തി. ആർക്കും ഒരു സംശയവും വരുത്താതെ അത് അതിന്റെ യാത്ര തുടങ്ങി. ഒന്നും രണ്ടുമല്ല. നീണ്ട വർഷങ്ങൾ. കാലം പരിക്കേല്പിക്കാത്ത വിങ്ങുന്ന ഹൃദയവുമായി ഇരുവരും പ്രണയച്ചുഴിയിൽ അകപ്പെട്ടു കറങ്ങിത്തുടങ്ങി. കാലം തെറ്റിവന്ന ഋതുഭേദങ്ങളിൽ തളിരിട്ട് കൊഴിഞ്ഞുവീണ കുസുമങ്ങളിലെ കാവ്യനീതി അത് അനുഭവിച്ചവർക്ക് വായിച്ചെടുക്കാം. മുന്നോട്ടുള്ള യാത്രകളിൽ ഓർമയുടെ കറുത്ത മൂടുപടം വലിച്ചെറിയണം. സ്വാതന്ത്ര്യം നേടണം. സ്വപ്നത്തിലാണെങ്കിലും.

മരുഭൂമിയിലെ പൂക്കാലം

കാലം കവിളിൽ നഖ ചിത്രമെഴുതിയ രണ്ടു വ്യാഴവട്ടങ്ങൾ. കൺതടങ്ങളിൽ സ്നേഹവേലിയേറ്റങ്ങൾ. മരുഭൂവിലെ പൂക്കാലം സ്വപ്നം കണ്ട നാളുകൾ. വിധിവൈപരീത്യത്തിന്റെ ഇടനാഴികളിലൂടെ കരളും മനസ്സും ആരോടും പറയാതെ യാത്ര പോയി. ഒറ്റയടിപ്പാതകളിൽ നിന്നും വഴിപിരിഞ്ഞു പുതിയ വഴികൾ തേടി തേടി... യാത്ര അവസാനിക്കുന്നില്ല. എല്ലാ യാത്രകളും അവസാനിക്കുന്നത് ഒരു ബിന്ദുവിലാണല്ലോ!

കളിയാട്ടങ്ങൾ

നാട്ടുവഴി പകുത്തു നല്കിയ സ്വപ്നപൂർണ്ണിമ തേടി സ്വപ്നാടനം. ഗ്രാമവിശുദ്ധി ചുണ്ടിൽ പകർന്ന തൂമന്ദഹാസത്തണലിൽ ഇത്തിരി നേരം വിശ്രമിച്ച് പുത്തൻതോടും പുഴയും കടന്ന് വേമ്പനാട്ടുകായൽ കരയിൽ പടിഞ്ഞാറൻ ചക്രവാള സീമയിൽ കണ്ണും നട്ട് ഏറെനേരം നിന്നു. സ്വപ്ന സുന്ദരിയുടെ കാൽച്ചിമ്പൊലിയിൽ, ഹൃദയ പരിരംഭണങ്ങളിൽ വലം വെച്ച് അല്പനേരം വികാരവിവശനായി അവിടെതന്നെ നിന്നു. അതെ, ഇരവിന്റെ ആഴങ്ങളിൽ അറിയാതെ പകർന്നാടിയ കളിയാട്ടങ്ങൾ.

അല്പായുസ്സ്

തീരുമാനം തീർപ്പാക്കലിന്റേതാണോ? സ്നേഹത്തിന്റെയും കരുതലിന്റെയും പവിത്രമായ നൂലിഴകൾക്ക് വർഷങ്ങളുടെ കരുത്തുണ്ടാകുമെന്ന് വെറുതെ വ്യാമോഹിച്ചു. കരുത്തും മുൻവിധിയും കൂടി കൂട്ടിക്കുഴച്ച്, തന്നിലേക്ക് ഉൾവലിഞ്ഞ്, സ്വയം പ്രഖ്യാപിച്ച അതിർത്തിയിൽ നിന്നുകൊണ്ട്, ബന്ധങ്ങളുടെ ഊഷ്മളത ചവിട്ടിയുടച്ച്, ബന്ധനങ്ങളിൽ നിന്ന് സ്വാതന്ത്ര്യം നേടി; മോക്ഷം കിട്ടുമെങ്കിൽ കിട്ടട്ടെ. നഷ്ടപ്പെട്ടത് തിരിച്ചുകിട്ടിയ സന്തോഷത്തിന് അധികം ആയുസ്സ് നൽകാത്തത് വിധിയാണെന്ന് പറഞ്ഞ് നമുക്കാശ്വസിക്കാം. കൗമാരസ്വപ്നങ്ങളുടെ ഭൂമികയും കടന്ന് പടർന്നുപന്തലിച്ച പ്രണയം, നീറ്റിലെ വെറുമൊരുകുമിളയായി പരിണമിച്ചു. ബന്ധങ്ങളുടെ ആഴക്കടലിൽ അലാവുദ്ദീന്റെ അത്ഭുതവിളക്കും തേടിപ്പോകുമ്പോഴും നഷ്ടങ്ങൾ എന്നത്തേയും നഷ്ടങ്ങളായി തന്നെ പിഞ്ചി തുടങ്ങിയ എന്റെ കണക്കു പുസ്തകത്താളിൽ ഞാൻ കുറിച്ചിടട്ടെ... യാത്രാമൊഴി വരുംതലമുറ ഗവേഷണം ചെയ്യട്ടെ. ആരാദ്യം എന്നതിനപ്പുറം ഉത്തരം കിട്ടാത്ത സമസ്യയായി ഈ ജീവിതം തേഞ്ഞുതേഞ്ഞു തീരട്ടെ; ഉരകല്ലിൽ ഉരച്ചെടുത്ത പളുങ്കുപാത്രത്തിന്റെ തിളക്കം കൈയിൽ നിന്ന് ഒന്ന് താഴെ വീണാൽ തകർന്നടിയാവുന്നതേയുള്ളു എന്ന് കാണിച്ചു തന്നതിന് നന്ദി. ഹൃദയത്തിൽ നിന്ന് കടമെടുത്ത് ഒരായിരം വാക്കുകൾ ഇതാ സമർപ്പിക്കുന്നു.

പ്രേമപരാഗങ്ങൾ

മംഗളവും മനോരാജ്യവും കന്യകയും പ്രണയത്തുമ്പികളായി പാറിനടക്കുന്ന എൺപതുകളുടെ ആദ്യ പകുതി; കഥയിലെ കഥാ പാത്രങ്ങളോട് നീതി പുലർത്തിയ പ്രേമപരാഗങ്ങൾ, ഗ്രാമത്തിലുട നീളം പാറി നടന്നു. കഥ ഇതുവരെ... കഥ തുടരും... ശേഷം ഭാഗം വെള്ളി ത്തിരയിൽ... തുടങ്ങി തുടർച്ച കൾ അവസാനിക്കാത്ത പ്രണയ കാവ്യങ്ങൾ. രണ്ടുരൂപയുടെ ഹൃദയ ദ്രവീകരണ ടാബ്ലെറ്റുകൾ അപ്പോഴും ശരാശരി മലയാളിയുടെ സ്നേഹത്തിന് വില പറയു ന്നുണ്ടായിരുന്നു. കാലഘട്ടത്തിന്റെ ഊർജ്ജം ഉൾകൊണ്ട് പറന്നു യർന്ന ഹൃദയനക്ഷത്രങ്ങാണ് നാം. അതേ, പ്രണയച്ചരടു പൊട്ടിയ പ്രേമ പതംഗങ്ങൾ.

പറയാൻ ബാക്കി വെച്ചത്

അനുരാഗ തരളിതമായ യൗവ്വന രാത്രിക ളിൽ ദുർബലമായ മൗനത്തെ പൗർണമി വാരി പുണർന്ന് എന്റെ മനസ്സിനെ കസവണിയിക്കു മായിരുന്നു. പറയാൻ ബാക്കി വെച്ച വാക്കു ചൊരിയുന്ന കവിത ചുണ്ടിൽ പടർന്ന് കയറി ചെറുമന്ദഹാസമായി എപ്പോഴും എന്നെ വരി ഞ്ഞുമുറുക്കി ഉന്മത്തനാക്കിയിരുന്നു. ഇടവ ഴിയിലെ കാലൊച്ചയ്ക്ക് കാതോർത്തു, പഴകി ദ്രവിച്ച ജാലക പഴുതിലൂടെ ഈ കൃശഗാത്രനെ നീ കണ്ണുകളാൽ ഒപ്പിയെടുക്കു ന്നത്, നടത്തവേഗതയിലും ഞാൻ അറിയുന്നുണ്ടായിരുന്നു. കാലം മറിച്ചിട്ട മഷിപാത്രത്തിലെ മഷി, തൂലികത്തുമ്പിലിരുന്ന് എഴുതി തീർക്കാൻ കഴിയാത്ത കവിതയായി ഇപ്പോഴും വീർപ്പുമുട്ടുന്നു.

തിരയും തീരവും

കാലവും കവിതയും കൈകോർത്ത താളമേളലയ സങ്കല്പങ്ങളിൽ നീയും ഞാനും ഓർമ്മയുടെ തീരങ്ങളിലൂടെ ലക്ഷ്യമില്ലാതെ നടക്കുകയാണ്. മാർഗം ലക്ഷ്യത്തെ സാധൂകരിക്കുന്നതാണെന്ന ചിരന്തന സത്യത്തിൽ പതിര് കലർത്തി വ്യവസ്ഥാപിത ചട്ടക്കൂടിൽ ഒതുങ്ങി കൂടാമെന്ന് മനസ്സിനെ കൊണ്ട് പറഞ്ഞു സമ്മതിപ്പിച്ചു. തീരം വിടാൻ തിരയ്ക്കും തിര വിടാൻ തീരത്തിനും കഴിയില്ലെന്ന പ്രാപഞ്ചിക സത്യത്തിനു നേരെ ഇമേജിന്റെ കരിങ്കൽ ഭിത്തി ഉയരെ കെട്ടിനിറച്ചു. തലതല്ലി കരയുന്ന തിരയും കല്ലിലമർന്ന തീരവും പ്രണയ സാക്ഷ്യമായി കാലാതീതമായി... കാലാതിവർത്തിയായി... നിലകൊള്ളും. അതെ, ആത്മാവ് ഇഴചേർന്ന സാഗരം ഇപ്പോഴും ശാന്തം.

കരിവണ്ട് പൂവിനോടു പറഞ്ഞത്

നിന്റെ ആഴത്തിലുള്ള മൗനം എന്നെ ഭയപ്പെടുത്തുന്നു. മൗനം വാചാലമാണ്. ഓരോ വാക്കും ഹൃദയത്തിന് താങ്ങാൻ കഴിയുന്നതിന് അപ്പുറമായി നിലനിൽക്കുന്നു. ബോധപൂർവമായ ഒഴിവാക്കൽ എനിക്ക് താങ്ങാവുന്നതിനും അപ്പുറമാണ്. ഓർമയുടെ സൗഗന്ധികങ്ങൾ പരിരംഭണം ചെയ്യുന്ന തരളിത നിമിഷങ്ങൾ എനിക്ക് അന്യമാകുമോ? പൂവ് പൂമ്പാറ്റയോടും കരിവണ്ട് പൂവിനോടും മന്ത്രിക്കും പോലെ, നമ്മൾ കരുതിവെച്ച പൂക്കാലം നിയതിയുടെ ജീവിതപുസ്തകത്തിൽ നിന്നും വഴുതിമാറുമോ? ഈ മണ്ണടരുകളിൽ ആത്മത്യാഗം ചെയ്യുമോ? ഇല്ല, ഒന്നിനും ഒരുനിശ്ചയവുമില്ല.

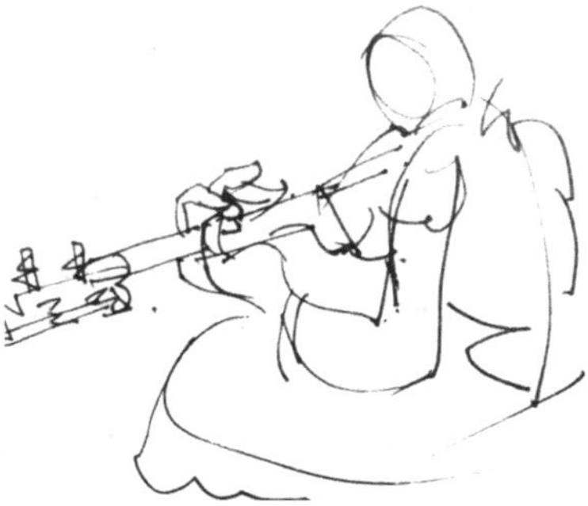

ആർദ്ര സംഗീതം

അനുഭവങ്ങളുടെ തീവെളിച്ചത്തിൽ സ്നേഹസാഗരങ്ങളുടെ ആർദ്രസംഗീതം എനിക്ക് കേൾക്കാൻ കഴിയും. തീരത്തെ പുൽകുവാനുള്ള തിരയുടെ വെമ്പൽ മനസ്സിനെ ആഴത്തിൽ ചിന്തിപ്പിക്കുവാൻ പ്രേരിപ്പിക്കുന്നതാണ്. ഓരോ സ്നേഹചുംബനവും തീരം ആഗ്രഹിക്കുന്നു. ഓരോ വിടവാങ്ങലും സങ്കടക്കടൽ തന്നെ. എന്നാലും തീരത്തെ കടൽ കൈവെടിയില്ല. നിലാവെളിച്ചം കടലമ്മയെ കൂടുതൽ സുന്ദരിയാക്കുന്നു. പാർവ്വണശശിബിംബം പാൽ തൂകിയ ഹേമന്ദ രാത്രിയിൽ അകലങ്ങളിൽ കണ്ണുപാകിയിരിക്കുന്നത് സുഖമുള്ള നോവാണ്. ഓർമയുടെ തിരയിളക്കം പ്രത്യക്ഷ അനുഭവമാകുമ്പോൾ ആ താളം പ്രകൃതിയുടെ ലയമായി ചേർന്നലിയുന്നു. അപ്പോൾ നഷ്ടപ്പെട്ടതും നേടിയതും തുലനാവസ്ഥപ്രാപിക്കുന്നു. കടലും കരയും രാഗവും താളവുമാണ്. നീയും ഞാനുമാകട്ടെ രാഗവും താളവും ചേർന്ന ലയസാഗരവും.

അകലാൻ വിധിച്ചത്

പുഞ്ചിരി വിരിയുന്നതും കാത്ത് താഴ്‌വാരത്തണലിൽ നിന്നെയും കാത്ത് ദളമൗനത്തിന്റെ അകം ചുറ്റിൽ എത്ര നേരമായി ഞാൻ കാത്തുകാത്തുനിൽക്കുന്നു. അനുഭൂതി വിടരുന്ന ഉഷസ്സിൽ മിഴിയിണ പാതി മയങ്ങി ഇന്നലെയെന്ന പോലെയാണ് ആശയുടെ പൊൻപതംഗം പറന്നു പോയത്. നിന്റെ വിഹ്വലതകളിൽ കരൾ നൊന്ത് ദിനാന്തപൊരുത്തപ്പെടലിനായി ഓരോ നിമിഷാർദ്ധവും ഞാൻ തള്ളിനീക്കി. ഏകാന്തത എങ്ങോപോയി മറഞ്ഞു. ഇരവിന്റെ മടിക്കുത്തഴിഞ്ഞ ശരത്കാല സമ്മോഹനത്തിൽ ഇതൾ വിരിയിച്ചു നീയെന്നിൽ മദനപ്പൂവമ്പും തറപ്പിച്ചു. അതും ഇന്നലെയെന്നപോൽ ഞാൻ ഓർത്തെടുക്കുന്നു. കണ്ണീരിനാഴം അളന്നളന്നെടുത്ത് അകലത്തെ പൂവനികയിൽ അകലാൻ വിധിച്ച ജന്മമായി എന്തിനു നീ മാറി നിന്നു. പറയൂ... എന്തിനു നീ മാറിനിന്നു!

ഞാനും നീയും

കാലം ഏറെ കടന്നുപോയെങ്കിലും നിന്നിലെ എന്നെയും എന്നിലെ നിന്നെയും ഞാൻ അറിയുന്നു. ഓരോ നിമിഷവും വാചാലമാകുന്നതും അതുപോലെ മൗനമാകുന്നതും ഞാൻ അനുഭവിക്കുന്നു. കണ്ണുകളിലെ രാസാഗ്നിയും വാക്കുകളുടെ തീർച്ചയും മൂർച്ചയും കാലഘട്ടത്തിന്റെ സംഘട്ടനമായി നമ്മളെ ചേർത്തുവെക്കുന്നു. ഓരോ പുലരിയും ഓർമയുടെ മഞ്ഞുകമ്പളം മെല്ലെ മെല്ലെ നീക്കി ഉണ്മയുടെ പ്രസരിപ്പിലേക്കും നിഗൂഢതയുടെ ആഴങ്ങളിലേക്കും പര്യവേഷണം നടത്തി, അവസാനം അവിടെനിന്ന് വിഷാദ താഴ്‌വരയിൽ അഭയം തേടുന്നു.

അനുനാദം

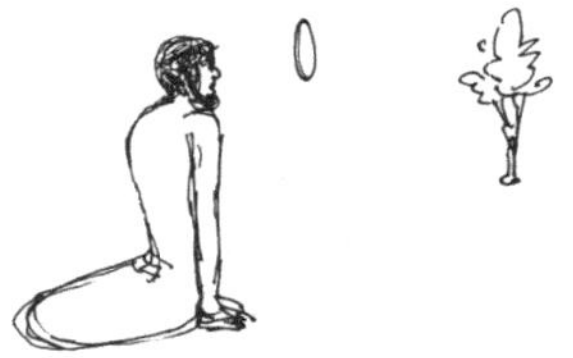

ശരീരവും മനസ്സും ഒന്നിച്ചു ചേരുന്ന സുന്ദര വാദ്യത്ത നിമിഷത്തിലെ പ്രണയതന്ത്രീവാദകനായി ഞാൻ നിന്നെ പുണരുമ്പോൾ, ഹൃദയത്തിൽ തേൻ നിലാവ് പൊഴിക്കുന്ന നാദ പ്രപഞ്ചത്തിലെ അനുനാദത്തിലായിരിക്കും നാം രണ്ടു പേരും എത്തിച്ചേരുക. ശബ്ദവീചികളുടെ ഒരുമയുടെ നാദം ശരീരത്തേയും മനസ്സിനേയും ഒന്നാക്കുന്നു. അനന്തവും അജ്ഞാതവുമായ നാദ പ്രപഞ്ചം അനുഭവിക്കുന്നതിലൂടെ പുതിയ പ്രണയ സങ്കല്പം നമ്മിൽ വിലയം ചെയ്യപ്പെടും. കാലത്തിന്റെ കരവിരുതാൽ ധന്യമാക്കപ്പെട്ട ശേഷകാല ജീവിതം അനുനാദത്തിന്റെ വിസ്മയ മന്ത്രധ്വനിയിൽ അലിഞ്ഞലിഞ്ഞ് ഒന്നാകട്ടെ.

രാധാകൃഷ്ണൻ

ഉദ്ദവരുടെ ചോദ്യത്തിനു മറുപടിയായി ശ്രീകൃഷ്ണൻ തന്റെ പീതാംബരം നെഞ്ചിൽ നിന്ന് മാറ്റി സതീർത്ഥ്യനെ കാണിക്കുന്നു. ഇടനെഞ്ചിൽ നിന്നും ഇറ്റിറ്റു വീഴുന്ന രക്തപുഷ്പങ്ങൾ രാധയോടുള്ള പ്രണയത്തിന്റെ അതി തീവ്രമായ അനുരാഗപ്പെരുമഴയുടെ ദൃശ്യാനുഭവം തന്നെയായിരുന്നു. ഓരോ തവണ രാധ അമ്പാടി കണ്ണനെ ഓർക്കുമ്പോഴും ഹൃദയധമനി വലിഞ്ഞുമുറുകി പൊട്ടിയടർന്ന് ചൂടുനിണത്താൽ ചാലു നെയ്യുന്ന രാസബന്ധമായിമാറും. പ്രണയാന്ധതയാൽ ഹൃദയം കണ്ണനായി നേദിച്ച രാധ പ്രണയ സങ്കല്പത്തിലെ നിത്യകാമുകീ ഭാവമായിതീർന്നു. കൃഷ്ണവിഷാദം തീർക്കാൻ രാധയായി പുനർജ്ജനിച്ച് അതിലോലഹൃദയ തന്ത്രികളിൽ രക്തം കിനിയിക്കാൻ നീയെന്റെ ചാരത്തെത്തുമോ സഖീ? എന്നെങ്കിലും ഒരിക്കൽക്കൂടി.

സ്വപ്നാടനം

ഹൃദയ നൊമ്പരങ്ങൾക്ക് അർദ്ധ വിരാമമിട്ട് സ്വപ്നങ്ങളുടെ പൂപ്പൊലിത്തേരിൽ സ്വപ്നാടനം നടത്തുകയാണ് ഞാൻ. കാലം കാത്തിരിക്കുന്ന ഉപവസന്തത്തിന്റെ മാധുര്യം നുണയാൻ, ഒരിക്കൽക്കൂടി സ്വപ്നാടനം നടത്തുകയാണു ഞാൻ. സങ്കൽപങ്ങളും യഥാർത്ഥ്യങ്ങളും പൊരുത്തപ്പെടാതെ പിണങ്ങിപ്പിണങ്ങി ഇടറിമാറുമ്പോൾ ഒരു സാന്ത്വനമായി നീയെത്തുമോ... മോഹങ്ങളും മോഹഭംഗങ്ങളും ഇഴച്ചേർന്ന ജീവിത വഴിത്താരയിൽ; ഒരിക്കൽകൂടി... ഒരിക്കൽകൂടിമാത്രം.

അതിർത്തിയിലെ പച്ചക്കൊടി

രണ്ടു ഹൃദയങ്ങളുടെ ആശയസംഘട്ടനം ഒരു ദിവസം കൊണ്ട് അവസാനിച്ചു. അതിർത്തിയിലെ പച്ചക്കൊടി അതിന്റെ സൂചനയായി ഉയർത്തിക്കാട്ടി. അത് ഉയർത്തിയ ആരവങ്ങളാകട്ടെ താല്കാലിക മൗനം അവലംബിച്ചു. എല്ലാം നല്ലതായി തീരട്ടെ. അതായിരുന്നു ആ മൗനത്തിന് ആധാരം. പക്ഷെ രാജ്യം പ്രതീക്ഷിക്കുന്ന സുരക്ഷാ കവചത്തിൽ അവർ ഒന്നായി. അതാകട്ടെ ഒരു യുദ്ധപ്രഖ്യാപനം കൺ മുന്നിൽ കണ്ടു കൊണ്ടും. ഹൃദയം ഹൃദയത്തോട് ചേർന്ന് പ്രണയമഴ പൊഴിച്ചുകൊണ്ടിരിക്കട്ടെ. അത് ആനന്ദധാരയായി ഉലകിലൊരുപാടു ഹൃദയങ്ങളിൽ പകരട്ടെ. ആശിക്കുവാനും പ്രണയിക്കുവാനും എപ്പോഴും ഈ ഹൃദയ ഭൂമികളിലിടമുണ്ട്.

ഈസ്റ്റ്മെൻ കളർച്ചിത്രം

കാലം അതിന്റെ ഘടികാര സൂചിയെ ബലമായി പിടിച്ചു തിരിച്ചു. തിരിയാൻ മടികാണിച്ച് അവ ചില ഞരക്കങ്ങൾ മാത്രം സമ്മാനിച്ചു കൊണ്ടേയിരുന്നു. പ്രായത്തിന്റെ കിതപ്പും ജീവിതത്തിന്റെ നൈരന്തര്യവും നന്നേ ക്ഷീണിപ്പിച്ചെങ്കിലും ഓർമയുടെ ജാലകങ്ങളിൽ മാറാലക്കെട്ടില്ലായിരുന്നു. ഒരു ഈസ്റ്റ്മെൻ കളർ ചിത്രം പോലെ അത് ചലിച്ചുകൊണ്ടേയിരുന്നു. ദാവണിയുടുത്തു മൈലാഞ്ചി വേലിക്കരികിൽ ഒരു നോട്ടത്തിന്റെ ദാഹം പേറി നീ നിൽക്കുമ്പോൾ ചിതലരിച്ച ചിത്രവിടവിലൂടെ കണ്ണുകളുടെ തീഷ്ണത നിന്നെ കവർന്നെടുക്കുന്നുണ്ടായിരുന്നു. ഇരുപക്ഷവും വിജയവും പരാജയവും ഏറ്റുവാങ്ങിയ അസാധാരണ ദിനങ്ങൾ, കാലത്തിന്റെ ഘടികാര സൂചികയിൽ വേലിയേറ്റം സൃഷ്ടിച്ചു. ഒരു വേലിയിറക്കത്തിൽ എല്ലാം ഒലിച്ചിറങ്ങാതെ നിലകൊണ്ടു. ചന്ദ്രൻ എല്ലാറ്റിനും സാക്ഷി. കാലമേ നിനക്ക് നന്ദി.

പിൻവിളിക്കവിത

എല്ലാ ഓർമകളും ഒരു പിൻവിളിയാണ്. അറിഞ്ഞോ അറിയാതെയോ സംഭവിക്കുന്ന മുറിപ്പാടുകൾ, മരിക്കാത്ത ഓർമ സമ്മാനിക്കുന്നു. കാലത്തിന്റെ ഗതിവേഗത്തിൽ ഓർമകൾ ശീതീകരണ മുറിയിൽ അന്ത്യ വിശ്രമം കൊള്ളുന്നു. പക്ഷെ വാരി വലിച്ചെറിഞ്ഞ മറവി ഭൂതകാലത്തിന്റെ നൊമ്പരം തേടി യാത്രയായി. ഈ ഭൂതക്കണ്ണാടിയിലൂടെ ഞാൻ നിന്നെ മാത്രമേ കാണുന്നുള്ളു. ഭൂതകാലത്തിന്റെ സുന്ദര സ്മരണകൾ ഇന്നെന്റെ വർത്തമാനമാണ്. ഭാവി, നിലനിൽപിന്റെ അനിശ്ചിതത്വവും.

വിശുദ്ധപുസ്തകം

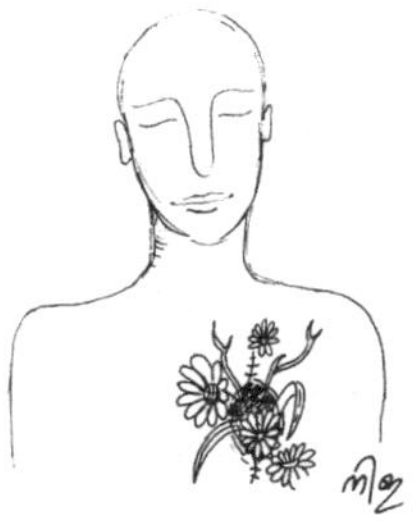

വിശുദ്ധിയുടെ വേദപുസ്തകം കൈ തൊട്ട് അവൾ മന്ത്രിച്ചു. ഇത് വിശുദ്ധ സ്ഥലമാണ്. പാപികൾക്ക് ഇവിടെ ഇട മില്ല. പ്രണയ നറുമലരുകളുടെ വസന്ത കാലം, വെള്ളരിപ്രാവുകളുടെ കൊക്കു രുമ്മൽ, പരന്നൊഴുകുന്ന പൂന്തേനരുവി കൾ. വസന്തഗേഹത്തിലെ സ്വപ്നപ്പറ വകളാണ് നമ്മൾ. അവളുടെ കാതിൽ ഞാൻ മൃദുവായി ഇങ്ങനെ മന്ത്രിച്ചു കൊണ്ടേയിരുന്നു. എന്റെ രാഗ വിസ്താരത്തിനൊടുവിൽ അതാ അവളുടെ ഊഴം എത്തി. സ്വർഗ്ഗ വാതിൽ പക്ഷി എന്നോടു ചോദിച്ചു. കാലങ്ങൾ കാത്തിരുന്ന സുന്ദര നിമിഷങ്ങൾ ഇതാ കാൽചുവട്ടിൽ. ഈ മധു ആവോളം കുടിക്കൂ; ജീവിതം ഒന്നേയുള്ളു. മുറുക്കി പിടിച്ച കൈത്തടത്തിൽ, ഊർജ്ജ പ്രവാഹം സിരകളെയും ധമനികളേയും ത്രസിപ്പിച്ചുകൊണ്ടേയിരു ന്നു. അവസാനം... അവസാനം.. ?

മൊഴിമുത്ത്

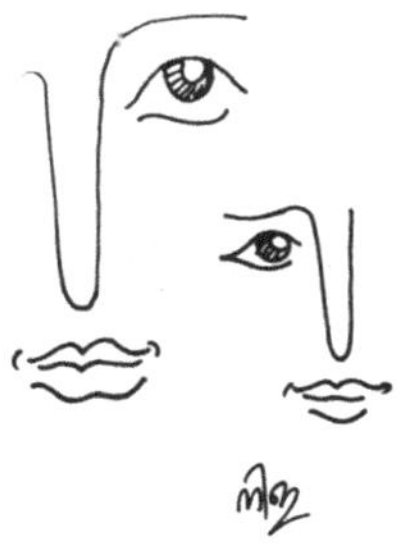

വരണ്ട മനസ്സ്. മുളയ്ക്കാത്ത വാക്കു കൾ. വാക്കുകൾക്കിടയിലെ ഇടവേളക ളിൽ ചില ദീർഘനിശ്വാസങ്ങൾ. ഇടവേ ളകൾ സ്ഫോടനത്തിന്റെ നാന്ദിയാണ്. കരുതിവെച്ച മുൻ വിധികൾ ഒരിക്കൽ കൂടി അരക്കിട്ട് ഉറപ്പിച്ചു. വാക്കുകളുടെ തനിയാവർത്തനത്തിന് ഒരുമടുപ്പുമില്ല. എല്ലാം അവസാനം ഒരേ ബിന്ദുവിൽ ചെന്നുചേരുന്നു... അവസാനിക്കുന്നു. രാത്രിയുടെ മരണക്കിടക്കയിൽ സ്വപ്ന ങ്ങൾകൊണ്ടു ഒരു വലയൊരുക്കി അതിൽ കിടന്നു. നാളത്തെ മൊഴിമുത്തുകൾക്കായുള്ള കിടപ്പ്.

അക്കമഹിമ

അനൽപ സന്തോഷത്തിനപ്പുറംഎന്തൊക്കെയാണ് നീ? ഇടവേളകളുടെ അനന്ത ദൈർഘ്യം ഹൃദയലോല തന്ത്രികളെ അനുനാദത്തിലാക്കുന്നു. എത്ര നാൾ ഈ നാദം നിലനില്ക്കുമെന്നറിയില്ല. സ്നേഹവായ്പുകളുടെ കടം ചോദിക്കൽ നിയതിയുടെ നിയോഗമാണ്. മനസങ്കലനത്തിലെ അക്കമഹിമയിൽ അക്കങ്ങളുടെ സ്ഥാനത്ത് ഞാൻ നിന്നെ ചേർത്തു നിർത്തുന്നു. ഒറ്റയും പത്തും നൂറും കടന്ന് അനന്തയിൽ ഹൃദയം ഒന്നായി ചേരട്ടെ. ഒരു വ്യവകലനത്തിനും ഞാൻ നിന്നെ വിട്ടു കൊടുക്കില്ല.

ഓർമകൾക്കു മരണമില്ല

ഓർമകൾക്ക് മരണമില്ല. ഓരോ നിശ്വാസവായുവിലും അനന്തകോടി പ്രണയ പരാഗങ്ങളിലും അദൃശ്യ സാന്നിധ്യമായി നീയെത്തുന്നത് ഞാൻ അറിയുന്നു. പാരസ്പര്യത്തിന്റെ ഉത്തുംഗ ശൃംഗങ്ങൾ കടന്ന് ഹൃദയവിശാലതയുടെ മടിത്തട്ടിൽ തല ചായ്ച്ചുറങ്ങുമ്പോൾ ഈ ലോകം വെട്ടിപ്പിടിച്ച വീരാളിയുടെ മനസ്സാണെനിക്ക്. പകലും രാത്രിയും അഭിരമിക്കുന്ന സുന്ദരമൂഹൂർത്തങ്ങൾക്ക് ചന്ദ്രൻ സാക്ഷിയാകുമ്പോൾ പ്രിയേ ഓർക്കുക ഓർമകൾക്ക് മാധുര്യം ഏറിക്കൊണ്ടേയിരിക്കും. ഓർമകൾ ഒരിക്കലും മരിക്കുന്നില്ല. അതെ, എന്റെ മനസ്സിൽ നീ ഉള്ള കാലത്തോളവും.

അഭീഷ്ടസിദ്ധി

തിരുനടയിൽ അഞ്ജലിബദ്ധനായി എത്ര നേരം കണ്ണടച്ച് ഞാൻ നിന്നു. ഒന്നു വലം വെച്ച് നിന്റെ മുഖപ്രസാദത്തിനായി മിഴിതുറന്നു. ദീപപ്രഭയിൽ കനക വിഗ്രഹം ചൊരിഞ്ഞ മനോജ്ഞ ദർശനം എനിക്ക് പുതുജീവൻ നൽകി. ഓരോ വലം വെയ്ക്കലിലും എനിക്ക് കണക്കുകൂട്ടലുണ്ടായിരുന്നു. എട്ടാമത്തെ വലം വെയ്പിൽ അഭീഷ്ടകാര്യം സാധിക്കുമെന്ന് മനസ്സു പറഞ്ഞു. പക്ഷെ എന്റെ വലം വെയ്ക്കൽ ഇപ്പോഴും തുടർന്നുകൊണ്ടേയിരിക്കുന്നു. ദേവീ നിന്റെ കടാക്ഷത്തിനായി.

നൂലറ്റപട്ടം

പ്രണയ ചരടുകൾ ചേർത്തു ഞാൻ പറത്തിയ പട്ടം ചക്രവാളസീമകളെ ചുംബിച്ചു കൊണ്ടേയിരുന്നു. ആകാശ പറവകൾ തെല്ലത്ഭുതത്തോടെ അതെല്ലാം നോക്കി കൊണ്ടിരുന്നു. കഴുകൻ കണ്ണുകൾ വിണ്ണിൽ വട്ടമിട്ടു കൊണ്ടേയിരുന്നു. എത്രദൂരം താണ്ടിയെന്നറിയില്ല. നൂലിന്റെ അറ്റം എന്റെ കൈപ്പിടിയിൽ ഭദ്രമാണെന്ന് ഞാൻ വിശ്വസിച്ചു. പക്ഷെ, അപ്രതീക്ഷിത കൊടുങ്കാറ്റിനെ ചെറുക്കാൻ ഹൃദയപട്ടത്തിനായില്ല. നൂലറ്റ് അത് എവിടെയോ അനന്തതയിലേക്ക് പറന്ന് പറന്നു പോയി.

കാമുകഹൃദയം

ഓരോ കാത്തിരുപ്പും നീണ്ട യാത്രയാണ്. ഇഷ്ടം കൂടുതലാണെങ്കിൽ ലോകം മുഴുവൻ ചുറ്റി കറങ്ങുന്ന പ്രതീതി മനസ്സിലുണ്ടാകും. കാത്തിരിപ്പിന്റെ ഇടവേളകളിൽ കാമുക സാന്നിധ്യമുണ്ടെങ്കിൽ സ്ഥിതിഗതി സ്ഫോടനാത്മകമാണ്. സജീവ അഗ്നി സ്ഫോടനങ്ങളുടെ ലാവാ പ്രവാഹം മനസ്സിന്റെ ഭൂമികയെ ഊഷരമാക്കി പ്രവഹിച്ചു കൊണ്ടേയിരിക്കും. ശാന്തമാകാൻ സമയമെടുക്കുമെങ്കിലും ദൃഢതയും ഫലവും ഏറി നിൽക്കും.

കരിങ്കല്ലിൽ കടഞ്ഞെടുത്ത കവിത

പ്രതീക്ഷകൾ പൂക്കുന്ന വാസരസ്വപ്ന നിമിഷങ്ങൾ. അവാച്യാനുഭൂതി സമ്മാനിക്കുന്ന ഭാഷണ രസനകൾ. കരിങ്കല്ലിൽ കടഞ്ഞെടുത്ത കവിതപോലെ നീയെൻ ചാരെ അനുഭൂതി പൊഴിച്ചു നില്ക്കുമ്പോൾ; ഹൃത്തടത്തിൽ അഷ്ടപദി പാടി എന്നെ നീ സന്തോഷിപ്പിക്കുമ്പോൾ; പ്രിയേ കാലത്തിന്റെ സുപഥ സഞ്ചാരത്തിൽ നിയതിതാളം അനുസരണയോടെ ഞാൻ കേട്ടുനിൽക്കട്ടെ. വിധിയുടെ വിചാരപ്രപഞ്ചത്തിനെ അതിജീവിക്കാൻ ഞാൻ ദൈവമല്ലല്ലോ? എല്ലാം... എല്ലാം കാലത്തിന്റെ മനഃസാക്ഷി പേടകത്തിൽ അടക്കം ചെയ്തു ഞാനീ ശവമഞ്ചവും പേറി നടന്നുകൊള്ളട്ടെ.

അനല്പജീവിതം

മൗനരാഗങ്ങളിൽ ലയിച്ചു പറന്നുവന്ന ചിത്രപതംഗമേ... ഓരോ പൂവും നിന്റെ ഉന്മാദം തിരിച്ചറിഞ്ഞ് തേൻ ചുരത്തിയിട്ടുണ്ട്. ക്ഷണികമീ ജീവിതത്തേരിൽ തേൻ നുകർന്ന് ഉന്മത്തരായി അവ പറന്നുയരുന്നു. അനല്പമീ ജീവിതവനികയിൽ ആവോളം ആമോദത്തോടെ ഉല്ലസിക്കാം. ഇതാണ് പൂവ് തേടി പോയ ചിത്രശലഭത്തിന്റെ പിൻകുറിപ്പ്.

ഓർമച്ചിമിഴ്

സ്വപ്നം വീണുറങ്ങിയ പാതിരാവിൽ ചന്ദ്രമുഖിയുടെ നിത്യസാന്നിധ്യത്തിൽ ഞാൻ നിന്നെയറിയുന്നു. ഓരോ സൂര്യോദയവും പുത്തൻ പ്രതീക്ഷകൾക്കപ്പുറത്ത് പുതിയ ഊർജ്ജം പ്രദാനം ചെയ്യുന്നു. ദിനാന്തങ്ങളുടെ സൗഹൃദത്തിൽ പെയ്തു വീഴുന്ന ഓർമച്ചിമിഴിൽ നിന്റെ മുഖം മാത്രം ഞാൻ കാണുന്നു. സമൃദ്ധമായ ഓർമകൾ ഇല്ലെങ്കിലും ഓരോ രൂപങ്ങളിലും നീയാണെന്നു കരുതുന്നു. ഒരു ഉൻമാദാവസ്ഥയിൽ നിന്ന് പതുക്കെ യാഥാർത്ഥ്യങ്ങളിലേക്ക് കടന്നു ചെല്ലുമ്പോൾ അനുഭവിച്ചതൊന്നും പൊയ്കിനാക്കൾ ആവരുതേയെന്ന് മനസ്സു മന്ത്രിക്കും. ഓർക്കാൻ ഒന്നുമില്ലെങ്കിൽ എന്തുജീവിതം. അതെ, ഓർക്കാൻ ഒന്നുമില്ലെങ്കിൽ അതെന്തുജീവിതം!

പൂജ്യം

ഹൃദയ സങ്കലനങ്ങളുടെ അക്കപ്പെരുമയിൽ സ്ഥലവിലയ്ക്ക് മുഖ്യ സ്ഥാനമുണ്ട്. പൂജ്യത്തിൽ തുടങ്ങി അനന്തതയിൽ സഞ്ചരിച്ച് ഋണത്തിൽ അനന്തമായി അവസാനിക്കുന്ന ഒരു അക്കപ്പെരുമ. മധ്യ ബിന്ദുവായ പൂജ്യത്തിൽ ചുറ്റിപ്പറ്റിയാണ് സൗഹൃദങ്ങൾ ഏറെയും. പൂജ്യത്തിന്റെ വിലയെക്കുറിച്ചുള്ള തർക്കങ്ങൾക്കപ്പുറം ഇടത്തും വലത്തും വരിനിൽക്കുന്ന അക്കങ്ങളെ നോക്കി പ്രണയിനികൾ പരിഹസിക്കും. ചില നേരങ്ങളിൽ ഏതു സ്ഥാനത്തേക്ക് മാറിയാലാണ് സ്ഥാനവില കൂടുന്നതെന്നും ചിലപ്പോൾ ചിന്തിക്കും. സ്ഥാനത്തിനപ്പുറത്ത് ഓരോ അക്കത്തിനുമൊരു സ്വത്വ ബോധമുണ്ടെന്നു തിരിച്ചറിയണം. നമ്മെ നാം ആക്കുന്ന ഒരു അവബോധം. പൂജ്യത്തിന് ആ ബോധമുണ്ട്. ഋണ സംഖ്യകൾക്കും ആ ബോധമുണ്ട്. കാക്കത്തൊള്ളായിരം അക്കങ്ങൾക്കുമുണ്ട് ആ ബോധം. ഈ കൂട്ടലും, കിഴിക്കലും, ഹരിക്കലും, ഗുണിക്കലും. അതെല്ലാം കഴിഞ്ഞെങ്കിലും പ്രിയപ്പെട്ടവളേ എനിക്കൊന്നു നിന്നെ തിരിച്ചു കിട്ടുമോ? തനിച്ചുകിട്ടുമോ?

ഹൃദയവ്യാകരണം

അകലങ്ങളിലേക്ക് പറന്നു പോയ തുമ്പി അടുത്തു വരും എന്ന വ്യർത്ഥമോഹസങ്കല്പവുമായി രജത വർഷങ്ങളുടെ കാത്തിരിപ്പ്. അർദ്ധവിരാമവും പൂർണ്ണവിരാമവും മറികടന്ന് ചോദ്യങ്ങളിലേക്ക് ചിന്ത കടന്നുപോയി. ഒരു ആശ്ചര്യ ചിഹ്നം മറുപടിയായിതന്ന് അവൾ നടന്നു നീങ്ങി. ഓരോ കുത്തും കോമയും എന്റെ മനസ്സിനെ കീറി മുറിച്ചു കൊണ്ടേയിരുന്നു. അവസാനം ഞാൻ എന്റെ വ്യാകരണം നിരത്തി നീരസം അറിയിച്ചു. ഭാഗ്യം! വ്യാകരണം എന്ന ത്തേയും പോലെ ഇന്നും കീറാമുട്ടിയാണെന്ന് പറഞ്ഞ് വീണ്ടും കൈയൊഴിഞ്ഞു. കേട്ടവർക്ക് അതൊരു പുതുമയായിരുന്നില്ല. ഒരു കാലത്ത് അവരെ വ്യാകരണം വല്ലാണ്ട് ബുദ്ധിമുട്ടിച്ചിരിക്കണം. ഇനിയത്തെ ചർച്ച വ്യാകരണത്തിലെ പ്രണയമോ പ്രണയത്തിലെ വ്യാകരണമോ?ചോദ്യം നിന്നിലേക്ക് വിരൽ ചൂണ്ടട്ടെ!

ഉഷ്ണരാശി

ആശയും പ്രത്യാശയും കൈകോർത്തുവരുന്ന ഈ വിജനതീരത്ത് ദൂരെ കണ്ട മരീചികയിൽ അവളെ സ്വപ്നം കണ്ടു അവൻ നടന്നു. നടത്തത്തിന്റെ വേഗതയനുസരിച്ച് മരീചിക അകന്നകന്നു പൊയ്ക്കൊണ്ടേയിരുന്നു. ആശയ്ക്കും മേൽ പ്രത്യാശയുടെ കൈ യ്യാമം. അവൻ ഉറക്കെ ചിരിച്ചു. ചിരിയലകൾ അന്തരീക്ഷത്തിൽ മാറ്റൊലി സൃഷ്ടിച്ചു. കണ്ടതെല്ലാം മൃഗതൃഷ്ണയായിരുന്നോ? ഒന്നും മനസ്സിലാകാതെ ഉഷ്ണ രാശിയിലൂടെ അവൻ നടന്നുപോയി.

നിയതിയുടെ തുലാസ്

ജീവിത പരീക്ഷണകാലഘട്ട ങ്ങൾ ഒച്ചിഴയുന്ന വേഗതയിലാണ്. ഭാസുര കാലഘട്ടങ്ങളാകട്ടെ ശരവേ ഗതയിലും. നിയതിയുടെ തുലാസിൽ തുലനം ചെയ്തു പോകുന്നവർ ഭാഗ്യ വാൻമാർ. അല്ലാത്തവർ ഭ്രാന്താ വേശത്തോടെ ഊരുചുറ്റുന്നവർ. ഇതിൽ ഏതിലാണ് എന്റെ പേര് എഴുതിയിരിക്കുന്നത്? മരുഭൂമിയിലെ വസന്തവും തേടി ഞാൻ നടക്കട്ടെ. ഏതെങ്കിലും ഒരു ഭ്രാന്തൻ എവിടെയെങ്കിലും സൃഷ്ടിച്ചു വച്ചിരിക്കുന്ന ഒരു വസന്തവും തേടി.

സ്നേഹതാളം

സ്നേഹം വാരി വിതറിയ പൂത്തി ങ്കൾ അനിവാര്യമായ വൃദ്ധിക്ഷയങ്ങ ളിലേക്ക് കടന്നു പോയി. അടുത്ത കറുത്തവാവിനെ മറികടന്ന് പൂർണ്ണ ചന്ദ്രന്റെ പാൽപ്പുഞ്ചിരിയെ ഹൃദയ ത്തിലേറ്റുവാങ്ങാൻ. ഓരോ ദിനവും അതതിന്റെ പുതിയ പ്രതീക്ഷകളും സ്വയം വിലയിരുത്തലുകളും നടത്തു ന്നുണ്ട്. തേങ്ങാപ്പൂളിൽ നിറച്ചുവെച്ച സ്നേഹം ഒരു ബിന്ദുവിൽനിന്നും അടുത്തടുത്ത ബിന്ദുക്കളിലേക്ക് വളർന്നു വളർന്ന് പൗർണമി വിരിയുന്ന ലാഘവത്തോടെ എത്രമൃദു വായി... എത്ര ലാസ്യമായി... എന്നിൽ നീ ഉൾച്ചേർന്നിരിക്കുന്നു. പ്ര കൃതിയുടെ സ്നേഹതാളം നീ കണ്ടില്ലെന്നുണ്ടോ?

വൈരുദ്ധ്യാത്മിക ഭൗതികവാദം

പ്രണയം നഷ്ടപ്പെട്ടവൻ തത്വജ്ഞാനിയാകും. താത്വീക മായ അവലോകനത്തിൽ, വൈരുദ്ധ്യാത്മക ഭൗതികവാദത്തിൽ, പ്രണയം ക്രിസ്റ്റലാകും. മധുരത്തിന്റെ അവസ്ഥാന്തരങ്ങൾ അവന്റെ ചിന്തയ്ക്ക് ഭാരം കൂട്ടാറേയില്ല. മധുരമാകട്ടെ അവന്റെ മുൻപിലെ സോഷ്യലിസം മാത്രം. ഒടുവിൽ കാലത്തിന്റെ വടുക്കൾ ശരീരം പങ്കു വെയ്ക്കുമ്പോൾ, ഇരുളടഞ്ഞ ഹൃദയഭിത്തിയിൽ തല കീൽമേൽ മറിഞ്ഞ് തൂങ്ങിയാടുന്ന രക്തപതാക മാത്രം. സ്നേഹവിപ്ലവം വിജ യിക്കട്ടെ!

ഹൃദയം കീറിമുറിച്ച പ്രണയം

ഹൃദയത്തെ ഭാഗം വെച്ചു തുടങ്ങി. ഒരേക്കർ മുപ്പതു സെന്റ് രണ്ടു ലിങ്ക്സ്. മൂത്തമകന് റോഡ് സൈഡു തന്നെ വേണം. രണ്ടാമത്തെ പുത്രന് കുളവും കാവുമുള്ള പരദേവതാ ഭൂമി വേണ്ട. വിലകിട്ടില്ലത്രേ. ഇളയ പുത്രി പുറകിലത്തെ സ്ഥലത്തിൽ അതൃപ്തി പ്രകടിപ്പിച്ചു. അമ്മയുടെ വിഹിതം കൂടി തന്നാൽ പാതി തൃപ്തയാണെന്നറിയിച്ചു. ഹൃദയം വെട്ടി നുറുക്കുമ്പോൾ രക്തം കിനിയരുതെന്ന ശാഠ്യത്തിൽ അവർ ഒന്നു പകച്ചു. മൂവരും കൂടി എടുത്ത തീരുമാനം എനിക്കും തൃപ്തിയായിരുന്നു. പഞ്ചായത്തിന് ശ്മശാനത്തിനായി വിട്ടുകൊടു ക്കാം. പൊന്നും വില കിട്ടും. പ്രണയിച്ചു മരിച്ചുവീണ ആയിരം ഹൃദയ ങ്ങൾ എനിക്കു കൂട്ടിനുണ്ടാകുമല്ലോ? ഞാൻ സമാധാനിച്ചു.

വിലാപയാത്ര

കാലം കരിമഷിയെഴുതിയ കഴിഞ്ഞ കാലങ്ങൾ. കൊഴിഞ്ഞ സുമങ്ങളുടെ ആത്മനൊമ്പരങ്ങൾ മണ്ണിൽനിന്നും വിണ്ണിൽ നിന്നും പാരാകെ ഉയരുന്നു ദേഹത്തിൽ നിന്ന് ദേഹി വിട്ടൊഴിഞ്ഞ് കരിമ്പനച്ചോട്ടിൽ അഭയം തേടി. സ്നേഹം നിഷേധിക്കപ്പെട്ട ആത്മാക്കളുടെ വിലാപയാത്രയ്ക്ക് നീണ്ട വരിയാണ്. അശാന്തിയുടെ നഖക്ഷതമേറ്റ പ്രണയകുസുമങ്ങൾ. ആയിരം കണ്ഠങ്ങൾ ഏറ്റു പാടുന്നൂ പാടി മറന്ന ആ സ്നേഹഗീതം. സ്നേഹം നിഷേധിക്കപ്പെട്ടവരേ, നിങ്ങൾ ഈ വഴി വരൂ. ഇതാ ഇവിടെ... ഈ തണലിൽ ഇത്തിരിനേരം.

ബന്ധങ്ങളുടെ ബന്ധനം

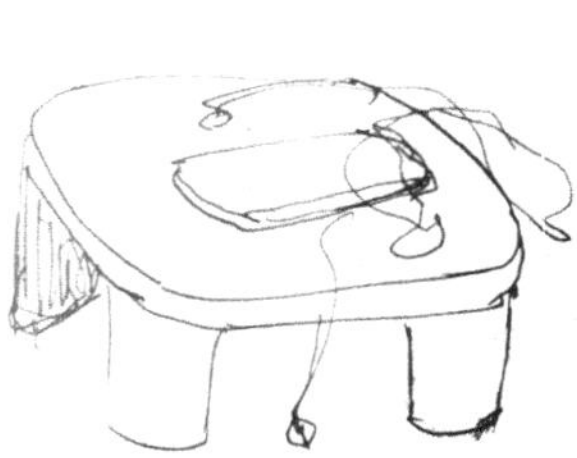

സൗഹൃദങ്ങളെ അളവുതൂക്കങ്ങൾ ഉപയോഗിച്ച് തിട്ടപ്പെടുത്തുന്ന കെട്ടകാലം. സ്നേഹത്തിന്റെ പര്യായങ്ങളിൽ നാനാർത്ഥം തേടി പോകുന്നു ചിലർ. മറ്റുചിലരാകട്ടെ, വിശ്വാസത്തിന്റെ നൂൽപ്പാലത്തിലൂടെ ആ കരാറിനെ അഹംഭാവത്തോടെ നോക്കി കടന്നുപോകുന്നു. ആരും ആരുടേയും അടിമയോ ഉടമയോ അല്ല. എങ്കിലും നാം ഇപ്പോഴും ബന്ധങ്ങളുടെ ബന്ധനത്തിൽ തന്നെ. മനുഷ്യനാകട്ടെ സ്വതന്ത്രനായി ജനിക്കുന്നു. പക്ഷെ, കാലാന്തരത്തിൽ അവൻ ക്രൂശിലേറ്റപ്പെടും. പരിത്യാഗത്തിന്റെ, എക്കാലത്തെയും മൂർത്തപ്രതീകമായ യേശുക്രിസ്തുവിനെപ്പോലെ...

മഷിപച്ച

മഷിപ്പച്ചകൊണ്ടു ഞാനെന്റെ കരൾ മുറിപ്പാടുതുടച്ചു. പുതിയ എഴുത്തിന് തുടക്കമിടണം. ഓരോ അക്ഷരങ്ങളും ഓരോ വാക്കുകളും തുടയ്ക്കാനുള്ളതാണെന്നറിഞ്ഞു ഞാനെഴുതി. ചില അക്ഷരങ്ങൾ എന്നെ നോക്കി പല്ലിളിച്ചു. ചില വാക്കുകളിൽ ചന്ദനഗന്ധമുണ്ടായിരുന്നു. എഴുത്തും എന്റെ കണ്ണീരിനാൽ മറയേണ്ടതാണെന്നെത്ര പറഞ്ഞിട്ടും എന്തേ മനസ്സിലാകാതെ പോകുന്നു? കല്ലു പെൻസിലുവെച്ചു നീ എന്റെ ഹൃദയത്തിൽ കോറിയിട്ടത് എന്താണ്?

ഇസ്തിരിയിട്ട സ്നേഹം

അവളുടെ കാൽപെരുമാറ്റത്തിലെ വിഹ്വലത എനിക്ക് വായിച്ചെടുക്കാൻ പറ്റുന്നതായിരുന്നു. മുഖം വിവർണമായതും കണ്ണുകളിലെ നൈരാശ്യവും കാലത്തിന്റെ കണ്ണാടിയായി എന്റെ മുന്നിൽ അവതരിച്ചു. എനിക്ക് ചെയ്യാൻ കഴിയുന്നത് ഒന്നു മാത്രമായിരുന്നു. കാലം ഇസ്തരിയിട്ട് തേച്ച് മടക്കിയ സ്നേഹക്കുപ്പായം എടുത്തണിയുക. ഒട്ടും ചുളുങ്ങാതെ കീറാതെ പരിമളം ചാലിച്ച് മടക്കി വെയ്ക്കുക. വിചാര വികാരങ്ങളുടെ തിരയിളക്കത്തിൽ സ്നേഹക്കൂട്ടിന് ഇളക്കം സംഭവിക്കരുത്. കാലം കരുതിവെച്ചതും ഇതാകാം.

ഹാലിയുടെ ധൂമകേതു

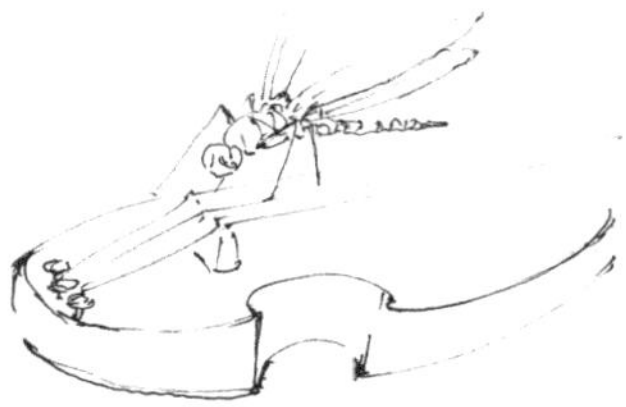

സ്നേഹസമീകരണങ്ങൾ മനസ്സു പറയുന്നിടത്താണ്. തിരുത്തൽ വേണ്ടിടത്ത് മനസ്സ് സമ്മതം തരാറുണ്ട്. തിരുത്തി തിരുത്തി അവസാനം തിരുത്താനാവാത്ത നിറവിലെത്തുമ്പോൾ ജീവിതത്തിന്റെ മുക്കാൽ ഭാഗവും തീരും. ചുക്കിച്ചുളിഞ്ഞ ഭാണ്ഡക്കെട്ടിൽ നെടുവീർപ്പിടുന്ന എന്റെ സ്നേഹ സൂത്രവാക്യം കെട്ടു പൊട്ടിച്ച് സ്വതന്ത്രനായി ആകാശത്തിലൊളിച്ചു. നീണ്ട എഴുപത്തിയാറ് വർഷത്തിലൊരിക്കൽ വീണ്ടും ആകാശത്തു പിറവിയെടുക്കുന്ന ഹാലിയുടെ ധൂമകേതു നോക്കി ഞാൻ ഇരിക്കുകയാണ്. ഹേ! വിധാതാവേ, എന്റെ ആയുസ്സിന്റെ വലിപ്പം കുറേകൂടി നീട്ടിയാലും. ഒരിക്കൽകൂടി ഒന്നുകാണാൻ.

ബൈപാസ് ഹൃദയം

മനസ്സിന്റെ ശൂന്യതയിൽ നിന്ന് ഉയിർകൊള്ളുന്ന വാക്കുകൾ ചില ഘട്ടങ്ങളിൽ അതിതീവ്ര സ്വഭാവം കൈവരിക്കുന്നു.
അതിൽ അത്ഭുതമില്ല. കടന്നു പോയ കാലത്തിന്റെ ശൂന്യത സൃഷ്ടിച്ച വലിയ വിടവിൽ വർത്തമാനകാലം കൊഞ്ഞനം കുത്തുന്നു. ബന്ധങ്ങളുടെ ബന്ധനത്തിൽ ഹൃദയം ബൈപ്പാസിന് വിധേയമാകുന്നു. വാക്കുകളുടെ തീവ്രത ചില ഘട്ടങ്ങളിൽ അതിദയനീയമായി പരാജയപ്പെടും. മനുഷ്യജീവിതങ്ങൾ ബധിരവിലാപങ്ങളായി മാറുന്ന അതിതീഷ്ണ ഉഷ്ണാവസ്ഥയിൽ ഭൂതകാല കായസഞ്ചി മാറാപ്പു കെട്ടി, ഭാവിയുടെ ശൂന്യതയിലേക്ക് ഞാൻ വെറുതെ ഇങ്ങനെ നോക്കിയിരിക്കുന്നു.

ജൈവപ്രേമം

സാമ്രാജ്യത്വം, അധിനിവേശം, മതേതരത്വം, സ്വാതന്ത്ര്യം, ഏക ലോകവാദം, സോഷ്യലിസം, ഫാസിസം... കണ്ണു ചുവക്കുന്നു... നാഡിമുറുകുന്നു... ധമനികളിൽ രക്തം കിനിയുന്നു. സാമ്രാജ്യത്വം തുലയട്ടെ, സോഷ്യലിസം വാഴട്ടെ. ഹൃദയത്തിന്റെ ഒരു ഭാഗം മുഴുവൻ ഇതാണ്. മറുഭാഗത്ത് കാതരഹൃദയ മാനസസരസ്സിൽ സ്നേഹപ്പക്ഷികളുടെ ലാസ്യനടനം. നെഞ്ചിൽ അമർന്നു കത്തുന്ന വിപ്ലവ രണസ്മരണകളുടെ വീരഗാഥകൾക്ക് ഏഴു സ്വരങ്ങളുടെ കാതരസംഗീതം. വിപ്ലവവും ഹൃദയ ഭാഷയും ആലേഖനം ചെയ്ത മാനവിക സങ്കല്പം മനുഷ്യമതത്തിന്റെ മാത്രം പ്രത്യേകതയാണ്. അതിൽ എപ്പോഴാണ് ഭീകരവാദത്തിന് തണൽ ഒരുക്കി സ്നേഹ മതിലിനെ തകർക്കാൻ കഴിയുന്നത്. എത്ര ആലോചിച്ചിട്ടും ഒരു പിടിയും കിട്ടുന്നില്ല. കല്ലു കൊണ്ടല്ല എന്റെ ഹൃദയനിർമിതി. മറിച്ച് ഉലയിൽ ഊതി ഉരുക്കി കാച്ചിമിനുക്കിയ ജൈവ പ്രേമാമൃത കൂട്ടു കൊണ്ടാണ്.

സ്ത്രീപക്ഷം

സ്ത്രൈണ സൗന്ദര്യം കാഴ്ചാനുഭവമാകുമ്പോൾ സ്ത്രീപക്ഷ നിലപാടുകൾക്ക് എതിരാകുന്നു. സൗന്ദര്യം സങ്കല്പങ്ങളിലേക്ക് കടക്കുമ്പോൾ അത് സർഗ്ഗവസന്തത്തിന്റെ താഴ്‌വര സൃഷ്ടിക്കുന്നു. ഒന്ന് മൂർത്തവും മറ്റേത് അമൂർത്തവുമാണ്. സങ്കല്പമൂർച്ച കാലാനുവർത്തിയും കാലാതിവർത്തിയുമാണ്. കാമത്തിന്റെ കണ്ണിലൂടെയുള്ള നോട്ടത്തിൽ സ്ത്രീ അപൂർണ്ണ മാംസപിണ്ഡമായിരിക്കും. മറിച്ച്, ആന്തരിക സൗന്ദര്യ ദർശന സങ്കല്പത്തിൽ അതിന്റെ മൂർച്ച വർദ്ധിച്ച് വർദ്ധിച്ച് സർവ്വജ്ഞപീഠം കയറാൻ പര്യാപ്തവുമാണ്.

മറഞ്ഞു പോയ സ്നേഹം

മറഞ്ഞിരിക്കുന്നു എന്ന് നമ്മെ ബോധ്യപ്പെടുത്തിയ കാലതേജസ്സ് അതിന്റെ ചാക്രികതയിൽ അഭിരമിച്ചുകൊണ്ടേയിരുന്നു. ഇരുളും വെളിച്ചവും മിഥ്യയാണെന്ന സത്യം ഭൂഗോളത്തിന്റെ അർദ്ധതലങ്ങളെ ഓർമ്മിപ്പിച്ച് അർദ്ധസത്യങ്ങൾ വാരി വിളമ്പി. ഉണർന്നിരിക്കുന്നവരും ഉറങ്ങികിടക്കുന്നവരും ഈ ഭൂഗോളത്തിന്റെ ഭാഗങ്ങൾ തന്നെയാണ്. ഉറക്കം നടിക്കുന്നവർ ഗ്രഹണത്തിലെ ഞാഞ്ഞൂലുകളായി ഭൂമിയിൽ വിഹരിക്കുന്നു. മല ചുവന്നുതുടുത്തു. ചുവപ്പു മാറി മഞ്ഞയണിഞ്ഞുകൊണ്ടേയിരുന്നു. ഹരിത ശോഭ പാൽപുഞ്ചിരി പരത്തിയപ്പോൾ മല കുളിരണിഞ്ഞു. പച്ചപ്പുമാറ്റി മഞ്ഞയണിയിച്ച് കാലം അതിന്റെ കരുത്ത് കാണിച്ചു കൊണ്ടേയിരുന്നു. മറഞ്ഞിരിക്കുന്നുവെന്ന് നമ്മെ ബോധ്യപ്പെടുത്തിയ സ്നേഹം അതിന്റെ അർദ്ധസത്യങ്ങളിലുടെ കടന്ന് പ്രാപഞ്ചിക സിദ്ധാന്തങ്ങൾ അരക്കിട്ടുറപ്പിച്ചു. സൂര്യൻ ന്യൂസിലാന്റിൽ ചിരിച്ചു. ഇൻഡോനേഷ്യയിൽ കരഞ്ഞു. സത്യവും അസത്യവും അതിന്റെ ഭ്രാന്താവേശത്തോടെ ആകാശത്ത് വട്ടമിട്ടു പറന്നുകൊണ്ടുമിരുന്നു.

ഞാൻ ആര് ?

വളരെ കൃത്യതയോടെയാണ് ട്രിഗറിൽ വിരൽ തൊട്ടത്. അതു വരെ മനസ്സിൽ അടിഞ്ഞുകൂടിയ അമർഷം തീക്കാറ്റായി പുറത്തേക്ക് പ്രവഹിച്ചു. എതിരാളിയുടെ ദൈന്യത ഒട്ടും തളർത്താതെ ഞൊടി യിടയിൽ കടമ നിർവ്വഹിക്കാനൊരുങ്ങി. ഒരു നിമിഷത്തെ ധ്യാന ത്തിൽ ആർദ്രതയുടെ കനിവുകൾ ഹൃദയത്തിൽ വലയം സൃഷ്ടിച്ചു. ഒരു വേള മരണവും ജീവിതവും തമ്മിൽ പോരാടി എന്റെ കാൽക്കീഴിൽ തൊഴുകൈയുമായി നിൽക്കുന്നത് ഞാനറിഞ്ഞു. ഞാൻ ആരാണ്? ഞാൻ ആരുമല്ല എന്ന് എനിക്കറിയാവുന്നതു പോലെ ആർക്കുമറിയില്ല. എന്നാലും എന്റെ അഹംഭാവം ഞാൻ ആരെല്ലാമോ ആണെന്നാണ്. എന്റെ ചിന്തയിലെ അഹം എന്നെ ട്രിഗർ അമർത്താൻ പ്രേരിപ്പിക്കുന്നു. ക്ലാവു പിടിച്ച മനസ്സിലെ ആർദ്രത കനിവാർന്ന് എന്നെ തലോടിയപ്പോൾ അഹത്തിൽ നിന്ന് സ്വത്വബോധത്തിലേക്ക് യാത്ര ചെയ്തു. അഹവും മരണവും സ്വത്വവും ജീവിതവും വടംവലി നടത്തി. ഒടുവിൽ ഹിറ്റ്ലറും മുസ്സോ ളിനിയും എന്റെ മുന്നിൽ തോറ്റു തുന്നംപാടി.

പത്തുപൊരുത്തങ്ങൾ

നീയെന്ന സത്യം ഹൃദയം കൊണ്ട് രേഖപ്പെടുത്തി കഴിഞ്ഞു. ഹൃദയം ഹൃദയത്തോടു സംവദിക്കുന്നത് അസത്യത്തണലിൽ അല്ല. അശാന്തിയുടെ അന്തമില്ലാത്ത വിചാര വികാരങ്ങൾക്കൊടുവിൽ കാലം കല്പിച്ച ശാന്തത ഒളിഞ്ഞിരുപ്പുണ്ട്. കല്പിത ജീവിതത്തിന്റെ പൊരുത്തക്കേടുകൾ ആരും സൃഷ്ടിച്ചതല്ല. വിശ്വാസത്തിന്റെ കരുത്തിലെ പത്തു പൊരുത്തങ്ങൾ പൊരുത്തപ്പെടാതെ പോയാൽ ജ്യോതിഷിയെ കുറ്റം പറഞ്ഞിട്ട് എന്തു കാര്യം. പൊരുത്തങ്ങൾക്കുമപ്പുറം; വിശ്വാസം, തകർക്കപ്പെടാത്ത ആത്മവിശ്വാസമായി മാറണം. വിശ്വാസം! അതല്ലേ നമ്മെ മുന്നോട്ടു നയിക്കുന്നത്?

അവസാനിക്കാത്ത യാത്ര

പ്രണയാർദ്ര നിമിഷങ്ങളുടെ സ്നേഹനൊമ്പരത്തണലിൽ വിരഹത്തിന്റെ ശംഖൊലി മുഴങ്ങുന്നു. പ്രേമകുടീരത്തിൽ അനുനിമിഷം ഞാൻ നിന്നിൽ അലിഞ്ഞലിഞ്ഞില്ലാതാകുന്നു. ഒരു ഇലയനക്കം പോലും ഇല്ലാതെ എത്ര താളാത്മകമായാണ് രാസകേളിയുടെ ഔന്നത്യങ്ങൾ പിന്നിട്ടത്. മൂടൽമഞ്ഞു തഴുകി തലോടിയ സ്നേഹസാന്ത്വനങ്ങൾക്കൊടുവിൽ അധരങ്ങൾ അധരങ്ങളാൽ അലകടൽ സൃഷ്ടിച്ചതും ഒരോർമ മാത്രമായി. മാറുന്ന ഭൂതകാലത്തിന്റെ വിതുമ്പൽ എനിക്കു മാത്രമായി അവകാശപ്പെട്ടതാണ്. ഭൂതം, വർത്തമാനം, ഭാവി ഇവയിലൂടെ കാലം കരുതി നല്കിയ നീണ്ട യാത്രയിൽ മനസ്സുകുരുങ്ങി കിടക്കും. ഒരു കുരുക്കഴിഞ്ഞ് വീണ്ടും അടുത്ത കുരുക്കിലേക്ക്. ഈ യാത്ര ഒരിക്കലും അവസാനിക്കുന്നില്ല. ഒടുക്കമില്ലാത്ത ഒരു ഒടുക്കത്തെയാത്ര.

പരീക്ഷണശാല

മണ്ണിനേയും വിണ്ണിനേയും പ്രണയിച്ച് ജീവിതത്തിന്റെ സുഗന്ധം പ്രപഞ്ചത്തിനാകെ സമ്മാനിച്ച ദിനരാത്രങ്ങളിൽ നീയും ഞാനും സ്നേഹത്തിന്റെ വീക്ഷണകോണിൽ ഒന്നായിരുന്നു. യാഥാർത്ഥ്യത്തിന്റെ അളവുകോലിൽ കണക്കു തെറ്റി പണിത മനോജ്ഞ മന്ദിരങ്ങൾ മാത്രം. ശരിയും തെറ്റും ആപേക്ഷികമായി മാറുന്ന കാല്പനിക ലോകത്തിൽ അവനവന്റെ ശരിയും തെറ്റും അവനവൻ തന്നെ കല്പിക്കുന്നു. ഈ ശരിദൂരം പ്രണയനികൾക്ക് ശരിയും കല്പിത സമൂഹത്തിന് തെറ്റുമാകുന്നു. ഇവിടെ മനസ്സ് രസതന്ത്രശാലയിലെ പുതിയ പരീക്ഷണ വസ്തുവാകുന്നു. ആറ്റത്തിനെ വിഭജിക്കാനാവില്ലെന്ന കല്പിത സമൂഹത്തിന്റെ മുൻവിധികളെ തട്ടി തകർത്ത് പുതിയ അധ്യായങ്ങൾ ഇവർ വിരചിക്കും. തീർച്ച.

വാക്കു പുക്കുന്ന മനസ്സ്

ചിലഘട്ടങ്ങളിൽ മനസ്സ് ശൂന്യമാകും. എഴുത്തിനും എഴുത്താണിക്കും പിടികൊടുക്കാതെ സമർത്ഥമായി കബളിപ്പിച്ചു കൊണ്ടേയിരിക്കും. ചില പെൺകൊടികളെപ്പോലെ. പ്രതീക്ഷകൾ പൂക്കാത്ത അലസ വിരസ സായാഹ്നങ്ങളിൽ ചക്രവാള സീമയിൽ കണ്ണും നട്ട് നിൽക്കുന്ന കാമുക ഹൃദയങ്ങൾക്ക് ഒരു പക്ഷെ ഈ ശൂന്യത സൃഷ്ടിക്കുന്ന വിടവ് വളരെ വലുതായി അനുഭവപ്പെടും. തീഷ്ണ വികാരങ്ങളുടെ ലാവാ പ്രവാഹം ഒഴുകി പരക്കുന്ന വേളയിൽ വാക്കുകളുടെ മഹാപ്രളയം ഉണ്ടാവുക സ്വാഭാവികമാണ്. വാക്കുകൾ പുഷ്പിക്കുന്ന പുഷ്ക്കല കാലഘട്ടം മനസ്സ് പങ്കുവെച്ചവർക്ക് മാത്രമുള്ളതാണ്. മനസ്സ് കൂടുതൽ തരളിതമാകുമ്പോൾ വാക്കുകൾ ഘോഷയാത്രയായി നമുക്കൊപ്പമുണ്ടാകും. മനസ്സ് ഒന്നുകൂടെ പൂത്തുതളിർക്കട്ടെ.

സ്നേഹ സ്മാരകം

തേൻ പുരട്ടിയ വാക്കുകൾ പുതിയ കാല സൗഹൃദത്തിന്റെ നിർമിതിയാണ്. മനസ്സിൽ പക വെച്ചു കൊണ്ട് മധുരമൂറുന്ന വാചിക പ്രപഞ്ചം സൃഷ്ടിക്കാൻ മത്സരിക്കുകയാണ് പുതിയ തലമുറ. ആത്മാർത്ഥതയും ഹൃദയവിശ്വാസവും സമാന്തരപാതകളായി അവർക്കുള്ളിൽ തന്നെ വിലയം കൊള്ളുന്നു. ഭാവനാ ലോകത്തു നിന്ന് സൗന്ദര്യത്തിന്റെ സൂക്ഷ്മാംശ ലഘൂകരണം നടത്താൻ കഴിയാതെ കേവലതയെ മറയാക്കി പ്രണയത്തിന്റെ നഗ്ന സങ്കല്പത്തിലേക്ക് കമിതാക്കൾ ഓടിക്കയറുന്നു. തികച്ചും ക്ഷണിക സംരചനകളിലെ കാപട്യവും സ്നേഹ ശൂന്യതയും പ്രകടമാക്കുന്ന സ്മാരകമായി സ്നേഹത്തെ അത് മാറ്റിമറിക്കുന്നു. പഴയ പ്രണയകാവ്യങ്ങൾ വിലാപകാവ്യങ്ങളായി പുതിയ കാലത്തിന് ഈണവും താളവും പകരുകയും ചെയ്യുന്നു.

ചിലന്തിവല

യാത്രകൾക്ക് മരണമില്ല. എത്ര വേഗത്തിലാണ് ഏഴുവൻകരകളിലൂടെ ഏഴു കുതിരകൾ പൂട്ടിയ മനസ്സിന്റെ തേര് പാഞ്ഞു പോകുന്നത്. ഓർമയുടെ മായിക വലയത്തിൽ എത്രയെത്ര രൂപങ്ങൾ ഇടറി വീഴുന്നു. ഓരോ വലകെട്ടലും അനുഭവങ്ങൾ കൊണ്ട് പഠിക്കാത്ത ശീലമായി മാറുന്നു. ഇപ്പോൾ പുറകോട്ടു യാത്ര ചെയ്യലാണ് എന്റെ പണി. വലക്കണ്ണികൾ മുറുക്കി മുറുക്കി സ്വപ്നം നെയ്യുന്ന ചിലന്തിയെപ്പോലെ..

വൈശാലി

എന്റെ പ്രിയപ്പെട്ട സ്നേഹ സാന്നിധ്യമേ, എന്റേതു മാത്രമായ, സ്നേഹനിറകുംഭമേ.. അങ്ങനെ ശബ്ദതാരാവലിയിൽ നിന്നു കടമെടുത്തതും കൂടാതെ കാവ്യസപര്യയുടെ ഉത്തുംഗശൃംഗങ്ങളിൽ പടർന്നു പന്തലിച്ച കവിഭാവനയുടെ ഉദാത്ത മാതൃകകളും നിരത്തി, ഞാൻ നിന്റെ മുൻപിൽ സ്നേഹപരിലാളനങ്ങൾക്കായി കേഴുന്ന ഒരു ഭിക്ഷാംദേഹിയായി നിൽക്കുമ്പോൾ, ഋഷ്യശൃംഗന്റെ തപശക്തിയിൽ പെയ്തൊഴിയാത്ത പ്രേമബിന്ദുക്കളാൽ നീ എന്റെ മനസ്സും ശരീരവും കുളിരണിയിക്കണം. വിണ്ടു കീറിയ എന്റെ ഹൃദയഭൂമിക നിന്റെ സ്നേഹാർദ്രതയാൽ പുഷ്കലമാക്കണം. ഉഷ്ണായനം പിന്നിട്ട് ഇടവത്തിന്റെ തണുത്ത പ്രഭാതങ്ങൾ മനസ്സിനേയും ശരീരത്തെയും തണുപ്പിച്ച് ഇവിടം സ്വർഗ്ഗമാക്കി മടങ്ങാം. തപശക്തി മുടക്കി, പ്രണയമഴ ചുരത്തിയ വൈശാലിയെ ഇതിഹാസങ്ങൾ മറന്നാലും ഞാൻ മറക്കില്ല. തീർച്ച.

കർക്കടകക്കരച്ചിൽ

കർക്കടകത്തിന്റെ കതിർമണ്ഡപത്തിൽ കളിയോടം തീർത്ത് പ്രണയത്തിന്റെ നാൾവഴികൾ അവസാനിപ്പിച്ചു. എത്രയെത്ര കളിയോടങ്ങൾ പുഴയെ പുളകമണിയിച്ചു കടന്നു പോയിട്ടുണ്ട്. കാറ്റത്തും മഴയത്തും ചാഞ്ചാടി ചാഞ്ചാടി അവസാനം പുഴയുടെ ആഴങ്ങളിലേക്ക് പറിച്ചെടുക്കപ്പെടുമ്പോൾ മനസ്സ് വല്ലാതെ വിങ്ങിപ്പൊട്ടുമായിരുന്നു. ഇന്ന് പ്രണയത്തിന്റെ കൂടിച്ചേരലിൽ ഒരിക്കൽ കൂടി കടലാസുവഞ്ചി തീർത്തു. എന്നും ഒഴിക്കിവിടാറുള്ള പുഴയെ സമീപിച്ചു. കള്ളക്കർക്കടകത്തിന്റെ ദൂത ലക്ഷണങ്ങൾ ഋതുക്കളുടെ അംഗലാവണ്യങ്ങളിൽ കാണാൻ കഴിഞ്ഞില്ല. കാലം തെറ്റിയ കാലാപാനിയും കർക്കടകത്തിന്റെ കരച്ചിലും കാണാതെ ഏറെ വിഷമിച്ചു. കണ്ണീർ ചാലുപോലെ ഭൂമിയുടെ സിരാപടലത്തിൽ ഞങ്ങളുടെ കണ്ണുകളുടക്കി. കളിവഞ്ചി ആടി ഉലയുന്നതും ആഴങ്ങളുടെ ചുഴികളിൽ വട്ടം ചുറ്റി പോകുന്നതും ഓർമയാണെന്നു തിരിച്ചറിയിഞ്ഞ് ജീവിതത്തിന്റെ കളിവഞ്ചി തിരുനക്കരയിൽ ഉപേക്ഷിച്ച് പ്രണയ ജലധിയിലെ കളിവള്ളങ്ങളായി കർക്കടകം ഞങ്ങളുടെ കണ്ണുകളെ ഈറനണിയിച്ചു.

ചാക്രിക സ്നേഹം

മനസ്സിൽ നിറച്ചു വെച്ച കരുതൽ എത്ര പെട്ടെന്നാണ് ഹൈഡ്രജൻ ബലൂൺ പോലെ ആകാശത്തേക്ക് ഉയർന്നത്. സ്നേഹത്തിന് ചില ഘട്ടങ്ങളിൽ സാന്ദ്രത കുറവായിരിക്കും. മനുഷ്യഹൃദയത്തിൽ അടങ്ങിയിരിക്കുന്ന സ്നേഹമാണ് അതിന്റെ സാന്ദ്രത. ശാസ്ത്രത്തെ കൂട്ടുപിടിച്ചാൽ സ്നേഹം ചിലപ്പോൾ കല്ലായും മറ്റൊരവസരത്തിൽ വെള്ളമായും ഏറെക്കുറെ വാതകാവസ്ഥയിലുമാണെന്ന് അനുമാനിക്കാം. അങ്ങനെയുള്ള സ്നേഹമാണ് ആകാശത്ത് കാറ്റിന്റെ ഗതിവിഗതിക്കനുസരിച്ച് ചാഞ്ചാടിയാടുന്നത്. ഉറച്ച സ്നേഹകല്ലിൽ ഉരുകിയ സ്നേഹം പരന്നൊഴുകി സൂര്യന് കീഴ്പെട്ട് ആകാശത്തേക്ക് യാത്രയാകുന്ന ചാക്രികതയാണ് സ്നേഹം; എന്നു പറഞ്ഞാൽ എനിക്ക് നൊസ്സാണെന്ന് സാരം.

സ്നേഹമാപിനി

ലക്ഷണങ്ങൾ കൂടിയ കോവിഡിനെപോലെ സ്നേഹമാപിനി വല്ലാതെ തപിച്ചിട്ടുണ്ട്. രക്ത പരിശോധനയിൽ പഞ്ചസാരയുടെ പൂരിതാംശം കൂടുതലെന്ന് ലാബ് വിധിയെഴുതി. പ്രണയം പാൽ ചുരത്തിയ മധുര നിലാവിൽ പാൽക്കുടം കമഴ്ന്നു വീണതുപോൽ മനസ്സിന്റെ അഗാധതയിൽ നിന്നും പ്രേമ മൈനാകം ഉയർന്നു പൊങ്ങി. എന്റെ രസനയിൽ അനുഭൂതിയായി, മധുരനാരങ്ങ മിഠായി നുണയുന്നതുപോലെ മധുരമായി ലാവണ്യമായി നീ എന്നിൽ അലിഞ്ഞു ചേരുകയായിരുന്നു. അന്നത്തെ മധുരച്ചുഴി യിൽ ഇന്നത്തെ സ്വപ്ന മാധുര്യം സീമകൾ കടന്ന് മധുരം തൊടാൻ കഴിയാത്ത അവസ്ഥയിലേക്ക് എത്തിചേർന്നു. മധുരിച്ചിട്ട് തുപ്പാനും കയ്ച്ചിട്ട് ഇറക്കാനും കഴിയാതെ പ്രണയമാപിനി വല്ലാതെ തപിച്ചി രിക്കുന്നു.

മൗനവാൽമീകം

ഇരുളും വെളിച്ചവും ഇഴചേർന്ന ജീവിതപന്ഥാവിൽ കരുതലിന്റെ കരം ഗ്രഹിച്ച് നീ എന്റെ തൊട്ടടുത്ത് നിലകൊള്ളുമ്പോൾ പ്രിയേ പറയാൻ ബാക്കി വെച്ച മൗനം, മഞ്ഞുകട്ടയായി ഘനീഭവിച്ച്, ഊഷരമായ കിനാവിൽ കുളിരു കോരിയിടുന്ന നിത്യസാന്നിധ്യമായി നീ മാറിയല്ലോ. ഒരു വിളിപ്പാടകലെ വസന്തകുംഭവും പേറി രണ്ടു വ്യാഴവട്ടങ്ങളിലെ ഋതുഭേദങ്ങളിൽ നീ ചാലിച്ച ചന്ദന സുഗന്ധം എന്റെ സ്നേഹത്തിന്റെ സോണോമീറ്ററിൽ തരംഗം സൃഷ്ടിച്ചത് കാണാതെ കണ്ടുഞാനുറങ്ങട്ടെ. കയ്പും മധുരവും ഇഴചേർത്ത കാതര സന്ധ്യകളിൽ ഇലഞ്ഞിത്തറമേളത്തിന്റെ അകമ്പിടിയോടെ ഞാൻ എന്നെ തന്നെ സമർപ്പിക്കട്ടെ. വെളിപാടിൻ വെളിച്ചം എന്റെ ഉൺമയുടെ ആഴങ്ങളിൽ മൗനവാല്മീകമായി കാലത്തിന്റെ നേർസാക്ഷ്യമായി അളക്കാനാവാതെ നിലകൊള്ളുമ്പോൾ, സഖേ ഇനിയുള്ള കൂടിച്ചേരലുകൾ സൂക്ഷ്മദർശനിയിലൂടെയല്ലാതെ എങ്ങനെ എനിക്ക് കാണാൻ കഴിയും. ഭൂതക്കണ്ണാടിക്കപ്പുറത്ത് ഭൂതകാല നടത്തം സ്വപ്നങ്ങളുടെ രാസവേഗങ്ങളെ ഗതികോർജ്ജമാക്കി മാറ്റി, നിന്നിൽ അണഞ്ഞ് സ്ഥാനീകോർജ്ജത്തിന്റെ അവസ്ഥാന്തരങ്ങളിൽ ബിംബമായി, നിന്റെ മുന്നിൽ പ്രത്യക്ഷപ്പെടും. കണ്ണടച്ച് കരം ഗ്രഹിച്ച് തൃക്കണ്ണാൽ എന്നെ ഒന്നു കടാക്ഷിക്കുമോ?

പ്രേമഭിഷാംദേഹി

പ്രേമത്തിന്റ മൃദുഭാഷ എനിക്ക് വഴങ്ങുമോ എന്നറിയില്ല. വിരഹത്തിന്റെ നൊമ്പര ചൂട് എനിക്ക് വഴങ്ങുമെന്ന് ഉറപ്പാണ്. വികാരവിചാരങ്ങളുടെ വിചാരണയിൽ വിരഹത്തിന്റെ മൗനസഞ്ചാരം എന്നെ ഞാനാക്കിയത് തിരിച്ചറിഞ്ഞു. പ്രണയക്കൂട്ടിൽ വാദിയും പ്രതിയുമായി നിൽക്കേണ്ടി വരുമ്പോൾ നീതിദേവതയുടെ കനിവ് എപ്പോഴും ആഗ്രഹിച്ചിരുന്നു. പഴയ നിയമത്തിനും പുതിയ നിയമത്തിനും വ്യാഖ്യാനങ്ങൾ നിരത്തി രണ്ടു ജീവപര്യന്തം തടവിനർഹതയുണ്ടെന്ന് പറഞ്ഞപ്പോഴും കൂട്ടിനായി എന്റെ സ്വത്വബോധമുണ്ടായിരുന്നു. ഇന്ന് ഞാൻ സർവ്വതന്ത്ര സ്വതന്ത്രനാണ്. ഭിക്ഷാടനമാണെന്റെ ജോലി. അതേ പ്രേമഭിക്ഷാടനം.

ദേശാടനം

അളന്നു തൂക്കിയുള്ള അവളുടെ സംസാരത്തിലും നോട്ടത്തിലും എന്നോടുള്ള പ്രണയത്തിന്റെ ആഴവും പരപ്പും സുവ്യക്തമായിരുന്നു. ചില വാക്കുകൾക്കു ശേഷമുള്ള മൗനം കാത്തിരിപ്പിന്റെ ഗിരിശൃംഗങ്ങൾ തേടിയുള്ള ദേശാടനമായിരുന്നു. മൗനത്തിന്റെ പിന്നിലെ നിഗൂഢത അപരിഹാര്യമായി നിലനില്ക്കുന്ന യാഥാർത്ഥ്യമാണെന്നറിഞ്ഞു കൊണ്ട് ചിന്തകൾക്ക് തീ പകർന്ന് മൗനത്തിന്റെ സാന്ദ്രത അവൾ കുറച്ചു കൊണ്ടേയിരുന്നു. വിങ്ങിയ വാക്കുകൾക്കിടയിലെ അഭിലാഷങ്ങൾ എനിക്കുമാത്രം കാണാൻ കഴിയുന്ന കണ്ണാടിയായി നിലകൊണ്ടു.

അനർഘ നിമിഷങ്ങൾ

നിന്നെക്കുറിച്ച് ഓർമ്മച്ചിത്രങ്ങൾ ഉണ്ടാക്കുന്ന തിരക്കിലാണ് ഞാനിപ്പോൾ. വര കൊണ്ടും എഴുത്തുകൊണ്ടും നീയെന്റെ സിരകളെ ചൂടുപിടിപ്പിക്കുന്നു. കാർകൂന്തൽ മാടിയൊതുക്കി മുല്ല മാല ചാർത്തിയും കവിൾത്തടത്തിൽ ചായം പൂശിയും ഞാൻ നിന്നിൽ അലിഞ്ഞുചേരുകയാണ്. ജീവിതത്തിന്റെ അനർഘ സുന്ദര നിമിഷങ്ങളെക്കുറിച്ചും ജീവിത വ്യാപാരത്തെക്കുറിച്ചും നീ വാതോരാതെ സംസാരിക്കുന്നതുകേട്ട് മുക്കിപിടിച്ച ചായവുമായി ഞാൻ എറെ നേരം അങ്ങനെ നില്ക്കും. കവിളിലെ കാക്കപ്പു ള്ളിയും ചൊടിയിലെ മധുരവും എന്റെ ഹൃദയത്തിൽ വർണക്കൂ ട്ടുകൾ ചാലിക്കുന്നത് ഞാൻ അറിയുന്നുണ്ടായിരുന്നു. എഴുത്തും എഴുത്താണിയും മാനവികതയുടെ, സൗന്ദര്യ സങ്കല്പങ്ങളുടെ, ഒറ്റ പ്പെടുത്തലുകളുടെ, തിരസ്ക്കാരത്തിന്റെ, കൽപടവുകൾ കയറി പോകുന്നതും ഇറങ്ങുന്നതും ഞാൻ അനുഭവിച്ചു. ഇന്ന് പുതിയ ചായക്കൂട്ടുമായി ഞാൻ കാത്തിരിക്കുകയാണ്. പൂർണമാകാത്ത എന്റെ ചിത്രം പൂർത്തിയാക്കാൻ.

കട്ടെടുത്ത യൗവ്വനം

ഒരു പിൻവിളിക്കവിതയായി എന്തിനു നിയെന്റെ അരികിൽ വന്നണഞ്ഞു. എന്നെ തഴുകി ഉറക്കിയ ഓർമകളുടെ താഴ്‌വരയിൽ ഞാനറിയാത്ത ഈണവും താളവുമായി എന്തിനു നീ വീണ്ടും വന്നു ചേർന്നു. ഭൂതകാല നൊമ്പരങ്ങളുടെ ചുഴിയിൽ എന്റെ ചേതന നീറി പുകയുമ്പോൾ എന്തിന് മോഹങ്ങൾ പകർന്നു തന്നു. കരളിന്റെ കാണാക്കയങ്ങളിൽ ഉറങ്ങിയമർന്ന എന്റെ യൗവ്വനത്തെ എന്തിനാണ് കട്ടെടുത്തത്. കണ്ണുകളിൽ പ്രണയത്തിന്റെ കനലുകൾ പാകി, മിഴിചെപ്പിലൊളിപ്പിച്ച ആർദ്ര സംഗീതത്തെ അനുധാവനം ചെയ്ത്, പ്രണയവ്യൂഹത്തിലെ അറിയാത്ത കാഴ്ചകൾ കണ്ടും അറിഞ്ഞും ഇവിടം വരെയെത്തി. ഞാനറിയാതെ നീ പ്രേമവ്യൂഹത്തിലെ അഭിമന്യു ആയി മാറിയോ?

പ്രണയത്തിന്റെ നാനാർത്ഥങ്ങൾ

പ്രണയം എന്താണെന്ന അവസാന ചോദ്യത്തിലേക്ക് കടന്നു ചെന്ന ഒരോരുത്തരേയും ആയിരം കാന്താരി പൂത്ത ആകാശവിസ്മയത്തിലേക്ക് പതുക്കെ കൂട്ടികൊണ്ടു പോയി. ഓരോ ചോദ്യത്തിലും ഉത്തരത്തിലും പ്രപഞ്ചം അനന്തവും അതിസൂക്ഷ്മവും സർവ്വോപരി മുൻവിധികൾക്കപ്പുറത്തുമായിരുന്നെന്ന് ചോദ്യോത്തര പയറ്റിൽ നിന്ന് മനസ്സിലായി. പ്രണയത്തിന്റെ വ്യാകരണത്തിൽ പ്രണയിനികൾക്ക് അനേകം പരാജയങ്ങൾ സംഭവിച്ചു. ഭാവനയിലാകട്ടെ ആരേയും വിസ്മയിപ്പിച്ചു കൊണ്ട് പ്രണയിനികൾ മൂന്നു പുറത്തിൽ കവിയാതെ ഉപന്യാസ രചന നടത്തി. യാഥാർത്ഥ്യങ്ങളിലെ പ്രണയത്തിന് അധ്യാപകർ കൊടുത്ത മാർക്കിൽ പിശുക്കുകാണിച്ചു. പലരും ദയനീയമായി പരാജയപ്പെട്ടു. ചിലർ പ്രണയത്തിന് പകരം പദങ്ങളിലൂടെ സഞ്ചരിച്ച് പ്രണയത്തിന് പുതിയ ആഖ്യാനശൈലി സമ്മാനിച്ചു. നാനാർത്ഥങ്ങളിലൂടെയുള്ള യാത്ര കല്ലും മുള്ളും നിറഞ്ഞതായിരുന്നെങ്കിലും അത്യുന്നതങ്ങളിൽ ദൈവത്തിന്റെ കൈയ്യൊപ്പ് അവർക്ക് ലഭിക്കുന്നുണ്ടായിരുന്നു. വിപരീതപദം തേടി പോയവർ ആത്മഹത്യാ കുറിപ്പെഴുതി ലോകത്തിൽ നിന്നുതന്നെ വിടവാങ്ങി. അർത്ഥം തേടി പോയവരാകട്ടെ ജീവിതത്തിൽ അർത്ഥമുണ്ടാക്കുകയും പ്രണയ പുസ്തകത്തിന് പുതിയ ഗവേഷകരെ കണ്ടെത്താൻ പത്രത്തിൽ പരസ്യം കൊടുക്കുകയും ചെയ്തു. പ്രണയം പൂക്കാത്ത താഴ്വരകളിൽ നിന്ന് രാത്രി കാലത്ത് ചില നിലവിളികൾ ഉയർന്നു വരുന്നുണ്ടെന്ന് വിപരീതപദം തേടി പോയ ആത്മാക്കൾ വിളിച്ചു പറയുന്നുണ്ടായിരുന്നു.

ബോൺസായ് ഹൃദയം

മൗനങ്ങളിലെ ആഴങ്ങളിൽ മിഴിനീരുപ്പു വീണ എന്റെ യൗവന സന്ധ്യയിൽ, കരൾ പകുത്തെടുത്ത നീലനിശീഥിനിയിൽ, കാലവും വർഷവും എത്ര വേഗമാണ് കടന്നുപോയത്. നീണ്ട രജതക യൗവ്വനങ്ങളിൽ ഞാൻ തൊടുത്ത നോട്ടത്തിലും കവർന്ന സ്നേഹത്തിലും നമ്മൾ കോറിയിട്ട വാഗ്ദത്ത ഭൂമികയിൽ അതിര് ഉയരം കൂട്ടി കെട്ടി സ്നേഹത്തെ ബന്ധിച്ചതെന്തിനാണ്? നിരാലംബമായ ജീവിത വ്യാപാരങ്ങൾക്ക് പ്രൈസ് മണി നിശ്ചയിച്ചതും നമ്മൾ അറിഞ്ഞു കൊണ്ടല്ലെങ്കിലും എന്തിനുവേണ്ടിയായിരുന്നു. യാഥാസ്ഥിതിക മതിൽ കെട്ടിനപ്പുറം സൗഹൃദത്തെ വളരാൻ അനുവദിക്കാതെ ബോൺസായ് ഹൃദയവുമായി നടന്നതെന്തിനായിരുന്നു. ഒരായിരം ചോദ്യങ്ങൾക്കുത്തരം മൗനമാണെന്നാണോ? കനലെരിഞ്ഞമർന്ന സ്നേഹജ്വാലാമുഖിയായി, നിയതിയുടെ കൈയ്യാമം വെച്ച് പുനർജനിയ്ക്കായി കാത്തിരിക്കാം.

ഉപവസന്തം

ശരീരത്തേയും ശാരീരത്തേയും അനുധാവനം ചെയ്ത എന്റെ മനസ്സ്ഹൃദയ സങ്കല്പ വനികയിൽ എത്തിചേർന്നു. അവിടെ മുല്ലമൊട്ടുകൾ വല്ലിക്കുടിൽതീർക്കുന്ന മനോഹരമായ പ്രേമോദ്യാനം. കവികളുടെ തൂലികത്തുമ്പിൽ ജീവൻ തുടിച്ച കാവ്യമായി അവ എനിക്കനുഭപ്പെട്ടു. യുഗയുഗാന്തരങ്ങളായി പാടി ഉണർത്തുന്ന ഈ പ്രേമകാവ്യത്തിൽ എന്റെ ശരീരവും മനസ്സും അലിഞ്ഞലിഞ്ഞില്ലാതാകുന്നു. ഉപാസനാമൂർത്തിയെ പരിരംഭണം ചെയ്ത് ഈ ഉപവസന്തത്തിൽ അല്പസമയം ഞാനിരിക്കട്ടെ.

പത്തേമാരി

മൂന്ന് ദശാബ്ദങ്ങൾക്കവസാനം കാത്തിരിപ്പും നിരാശയും കൈകോർത്ത് സ്ഥിരം നടക്കാറുള്ള നാട്ടുവഴികളിലൂടെ പതുക്കെ പതുക്കെ നടന്നു നീങ്ങി. ഒരു കരച്ചിലിന്റെ വക്കിലെത്തിയ പ്രണയാർദ്ര മാനസം പൊട്ടിയൊഴുകി കാത്തിരിപ്പിന് അല്പവിരാമമിട്ടു. നഷ്ടപ്രണയത്തിന്റെ ഊഷരഭൂമികയിൽ നഗ്നപാദരായി ഇരുവരും വളരെ ദൂരം നടന്നു. ഇടവഴിയിൽ നിന്നും പെരുവഴിയിലേക്കുള്ള യാത്രാമധ്യേ പാതയോരത്തെ വൃക്ഷങ്ങൾ തളിർക്കുകയും പൂക്കുകയും കായ്ക്കുകയും വീണ്ടും തളിരിടുകയും ചെയ്യുന്നത് അവർക്കനുഭവവേദ്യമായി. യാഥാർത്ഥ്യങ്ങളുടെ മൗനവാല്മീകത്തിലൂടെ നടന്നു നടന്ന് പാത അവസാനിക്കുന്നിടത്ത് അവർ വേർപിരിഞ്ഞു. കടൽ കടന്നുപോയ കാത്തിരിപ്പും കര കടഞ്ഞെടുത്ത നിരാശയും പൊട്ടിത്തകർന്ന പത്തേമാരി പോലെ തീരത്തെ ചുംബിക്കുന്നുണ്ടായിരുന്നു.

വിശുദ്ധപ്രേമം

പ്രണയം അടയാളപ്പെടുത്തിയ അതിസൂക്ഷ്മ ഭാവങ്ങളിലേക്ക് ഒരു സാധാരണ നടത്തമേ ആഗ്രഹിച്ചിരുന്നുള്ളൂ. അവരിൽ ഉറവയെടുത്ത പ്രണയതരംഗങ്ങൾ ആദ്യം കണ്ണുകളിലൂടേയും പിന്നെ വാക്കുകളിലൂടെയും ശേഷം പെരുമാറ്റത്തിലൂടെയും ഒരു കുഞ്ഞരുവിയായി, പുഴയായി, അവസാനം പ്രണയസാഗരത്തിൽ തരംഗമാലകളായി, തീരത്തെ അവിരാമം ചുംബിച്ചു കൊണ്ടേയിരുന്നു. സ്നേഹാർദ്രമായ കണ്ണുകൾ അനുരണനങ്ങൾ സൃഷ്ടിച്ച് ഹൃദയലോലതന്ത്രികളെ അനുനാദം ചെയ്യിക്കുന്ന ഉദാത്തമായ പ്രണയസങ്കല്പ ഭാവമാണ് അവർക്കുണ്ടായിരുന്നത്. ആദ്യന്തങ്ങൾ ഇല്ലാത്ത അതിനിഗൂഢമായ ഒരു സ്നേഹകൂട്ട് ഓരോ പ്രണയ രസതന്ത്രശാലയിലും പരീക്ഷണത്തിനും നിരീക്ഷണത്തിനുമായി ഊഴം കാത്തുകിടപ്പുണ്ട്. അപഗ്രഥനനിഗമനങ്ങളുടെ വേലിയേറ്റം അവസാനിക്കുന്നത് ആറടി മണ്ണിലേക്കാണ്. (വിശുദ്ധ പ്രേമം ആദ്യന്തം നിഗൂഢവും പ്രവചനാതീതവുമാണ്)

നേരവകാശി

മനസ്സ് ഒരു മഹാസമുദ്രമാണ്. ഭൂമിയോളം തന്നെ പഴക്കം സമുദ്രത്തിനുമുണ്ട്. ഹോമോസാപ്പിയൻസ് മുതൽ ഇന്നുവരെയുള്ള മനുഷ്യകുല ശാസ്ത്രത്തിൽ മനസ്സിന്റെ രഹസ്യങ്ങൾ തേടിയുള്ള യാത്ര അവിരാമം തുടരുകയാണ്. എന്റെ മനസ്സ് ആത്മകഥയായി വായനാനുഭവത്തിന് വിട്ടു തന്നാൽ എന്താണ് സ്ഥിതി? ചില ആളുകളുടെ മനസ്സിൽ പൂവിട്ട് പൂജിച്ച ബിംബങ്ങൾ ചീട്ടുകൊട്ടാരം പോലെ വീണടിയുന്ന ദയനീയ കാഴ്ച കാണേണ്ടിവരും. വർത്തമാനകാലത്തിൽ എന്റെ കഥ എനിക്കു മാത്രം അവകാശപ്പെട്ടതാണ്. പൊരുത്തങ്ങൾക്കും പൊരുത്തക്കേടുകൾക്കും ഇടയിലെ ജീവിതത്തിന്റെ നേരവകാശി. അതിനാൽ ഞാൻ അതിസാഹസത്തിന് മുതിരുന്നില്ല. സ്നേഹക്കല്ലുകൾ അതിരുയരമാകുന്ന മറയില്ലാത്ത സ്നേഹം, അടഞ്ഞ അധ്യായങ്ങൾക്ക് തുല്യം ചാർത്താനാണ് ഞാൻ ഇഷ്ടപ്പെടുന്നത്. എന്റെ പ്രണയങ്ങൾ ആരെയും അറിയിക്കാതെ മനസ്സിൽ കൊണ്ടു നടക്കാനാണ് ഏറെ ഇഷ്ടം. കാലശേഷം എന്റെ കുത്തിവരകൾക്കിടയിലെ പ്രണയനൂലിഴകൾ ചേർത്ത് ആരെങ്കിലും സ്നേഹക്കുപ്പായം രചിക്കുമെങ്കിൽ അവർക്ക് ഈ പ്രണയ ചിന്തകൾ പ്രയോജനപ്പെടട്ടെ. അതുവരെ അടഞ്ഞ അധ്യായങ്ങൾക്കുമേൽ അടയിരിക്കും ഞാൻ.

വിടപറയും മുമ്പേ

ലാസ്യതാള ഭാവലയങ്ങളിലൂടെ പ്രണയം അതിന്റെ സ്ഥായീഭാവം കാണിച്ചു കൊണ്ടേയിരുന്നു. കരൾ കവർന്നെടുത്ത സ്നേഹം അതിന്റെ അസ്വസ്ഥതയുടെ ഉമിത്തീയിൽ വെന്തെരിയുന്നുണ്ടായിരുന്നു. വിരിയാൻ വെമ്പുന്ന പൂമൊട്ടിന്റെ സൗന്ദര്യം പോലെ ഓരോ യാമവും പ്രണയാർദ്ര സംഗീതം പൊഴിക്കുന്നത് ഇരുവരും അനുഭവിക്കുന്നുണ്ടായിരുന്നു. കാലദേശങ്ങൾക്കപ്പുറം പ്രേമ സങ്കീർത്തനങ്ങൾ കേട്ട് അനുരക്തരായി മതിമറന്നതും ഇന്നലെയെന്നപോൽ ഓർത്തെടുക്കുന്നു. ഓർമ്മപ്പൂക്കൾ കൊണ്ടുമൂടിയ ശവമഞ്ചത്തിന്റെ വിലാപയാത്രയിൽ അവൾ അവനോടു വിടപറഞ്ഞു. വിടപറയും മുമ്പേ ഹൃദയത്തിൽ ചൂടിയ പനിനീർ പൂവ് വിതുമ്പുന്നുണ്ടായിരുന്നു. അവൾ മാത്രം അത് അനുഭവിച്ചറിഞ്ഞു.

പ്രണയശില്പം

ഒരു യുഗം അവസാനിച്ചു. കരിങ്കല്ലിൽ കടഞ്ഞെടുത്ത കവിതയായി, പ്രണയത്തിന്റെ സാക്ഷ്യമായി അതു നിലകൊള്ളും. സപ്തസ്വരങ്ങളുടെ അതീന്ദ്രിയ സ്വരവാഹിനിയായി, ഈ മനോജ്ഞ പ്രണയ ശില്പം പ്രണയിനികളുടെ നിത്യസ്മാരകമായി ഈ ഭൂമിയിൽ നിലകൊള്ളും. പ്രദക്ഷിണത്തിന്റെ ഉന്മാദത്തിൽ ശ്വാസഗതിയുടെ ഉയർച്ചതാഴ്ചകൾ ഹൃദയത്തോട് മന്ത്രിക്കുന്നത് നിങ്ങൾക്ക് അനുഭവിക്കാം. കാതൊന്ന് ചേർത്തു വെച്ചോളൂ കരമൊന്ന് ഗ്രഹിച്ചോളൂ. ഇതാ... ഇവിടെ.

പ്രണയഭാരം

വിരഹത്തിന്റെ നൊമ്പരച്ചൂടിൽ ഓർമയുടെ ദളങ്ങൾ കൊഴിഞ്ഞു വീണു. മറവിയുടെ ദർഭമുനയിൽ കുരുങ്ങിയ ഓർമ്മ ഭൂതകാലത്തിന്റെ നനുത്ത തേങ്ങലായി വരിഞ്ഞുമുറുകി. അത്ര വിസ്തരിക്കാനാവാത്ത, എന്നാൽ വിസ്താരഭയത്തോടു കൂടിയ നോട്ടവും പറച്ചിലും ഒരു പ്രണയത്തിന്റെ മുന്നൊരുക്കങ്ങളായിരുന്നെന്ന് തിരസ്ക്കാരത്തിന്റെ ആദ്യപാഠങ്ങളിൽ നിന്ന് ബോധ്യമായി. ഭാഷയുടെ സ്പഷ്ടതക്കുറവുകൊണ്ടോ, ഭയത്തിന്റെ തിരിച്ചറിവുകൊണ്ടോ, വണ്ടു മൂളുന്ന ഭാഷയിൽ പറഞ്ഞൊപ്പിച്ച് കടന്ന് കളഞ്ഞതും എതിർഭാഗം വിസ്താര ഭയത്താൽ അത്ര മധുരമില്ലാതെ മൃദുവായി മന്ദഹസിച്ച് ഒഴിഞ്ഞു പോയതും ഇന്നലെയെന്നപോൽ ഓർമയുടെ മിഴി തുറക്കുന്നു. പൊയ്പോയ വർഷങ്ങളുടെ പ്രണയഭാരം മഷിത്തുമ്പിലൊതുക്കി പ്രണയഗീതങ്ങൾക്ക് അടയിരുന്നതും ഒരു പക്ഷെ മറക്കാൻ ശ്രമിച്ചതുകൊണ്ടാകും. ഒരു മഞ്ഞുതുള്ളിയായി ഉരുകിയൊഴുകി ഹൃദയത്തിന് കുളിരു പകർന്ന് എന്റെ ഹൃദയ കല്ലോലിനിയിൽ അരിച്ചെത്തിയതും ഓർമയുടെയും മറവിയുടേയും കൂട്ടുകെട്ടിൽ പിറന്നതാണെന്ന തിരിച്ചറിവിൽ മൂന്ന് ദശാബ്ദം പിറകോട്ടു നടക്കട്ടെ. ആ തിരിച്ചറിവിൽ മുപ്പതാണ്ടത്തെ പ്രണയ മന്ദഹാസങ്ങളുടെ നറുനിലാവ് പാൽ പുഴയായി ഹൃദയത്തിൽ പരന്നൊഴുകട്ടെ.

യയാതി

മാരിവില്ലിനെ മയക്കുന്ന ലാസ്യ ഭാവത്തോടെയല്ലാതെ നിന്റെ മുഖം എനിക്ക് ഓർക്കാൻ കഴിയില്ല. ഓരോ സന്ധ്യ പിന്നിടുമ്പോഴും നാളത്തെ അരുണോദയം പുത്തൻ പ്രതീക്ഷയ്ക്ക് ഉണർവേകും. ഉരുകി ഒലിക്കുന്ന വേനലിൽ ഇളം തെന്നലായി തഴുകി ഉറക്കുന്ന സാമീപ്യവും മദ്ധ്യാഹ്നത്തിന്റെ ആലസ്യവും അസ്തമയത്തിന്റെ വീണ്ടുവിചാരവും ദിനാന്ത്യത്തിന്റെ ഓർമ്മപ്പെടുത്തലുകളിലേക്ക് എന്നെ കൈപിടിച്ച് കൊണ്ടുപോകുന്നു. ഓരോ ദിനവും സുഖ ദുഃഖ സമ്മിശ്രമാണെന്ന് കാണിച്ചു തരുന്നു. പ്രകൃതിയുടെ ലയവിന്യാസ ത്തിലൂടെ നടന്നുപോകുമ്പോൾ യൗവ്വനം കടം ചോദിച്ച യയാതി ആകണമെന്ന് തോന്നിപോകുന്നു. അത്രമേൽ ഞാൻ നിന്നെ പ്രണ യിക്കുന്നു. പ്രകൃതീ... വരദായിനി... പ്രണയിനി... പുണ്യഭൂമി... നിൻ മാറിൽ ജനിച്ചതേ പുണ്യം.

ഉൾക്കനൽ

ഓരോ ദിനവും ഓരോ ഓർമ്മപ്പെടുത്തലാണ്. ഓരോ ദിനാരംഭവും സുഖദായകമാകണമെന്ന പ്രാർത്ഥനയോടെയാണ് എഴുന്നേല്ക്കുന്നത്. പക്ഷെ ദിനാന്ത്യം വിഷമഭുജ ത്രികോണത്തിൽ അവസാനിക്കുന്നവയാണെന്ന് അടക്കം പറയുന്നവർ ആണ് ഏറെയും. സത്യം ഇതായിരിക്കെ, ഓരോ ദിനവും അതിന്റെ ജൈത്ര യാത്ര തുടരുന്നു. ഗണിത സമവാക്യങ്ങളുടെ ദുർഗ്രഹതയിൽ നിന്നും സമാന്തരരേഖകളിലേക്ക് മനസ് മെല്ലെ സഞ്ചരിച്ചുകൊണ്ടിരിക്കും. ഒരിക്കലും കണ്ടുമുട്ടില്ലെന്ന് അറിഞ്ഞുകൊണ്ട്. നീയും ഞാനും ഇതിന്റെ പ്രതീകങ്ങൾ ആണോ? ചില ഘട്ടങ്ങളിൽ സംശയം തോന്നിപോകും. മനസിന്റെ അപാരതയിൽ സങ്കീർണ്ണ സൂത്രവാക്യങ്ങൾ രചിച്ചും പൊട്ടി ചിരിച്ചും ഭ്രാന്താവേശത്തോടെ ഈ ലോകത്തോട് വിളിച്ചു പറയും. ഇടത്തോട് പുഴയുടെ കാതിൽ മന്ത്രിക്കും പോലെയും പുഴ കായലിനോട് കുശലം പറയും പോലെയും അവസാനം സമുദ്രത്തിൽ വിലയം പ്രാപിക്കുന്നതുവരെയും ഉൾക്കനലായി നീ എന്നിൽ അലിഞ്ഞലിഞ്ഞില്ലാതാകും. തീർച്ച.

കാലത്തിന്റെ കണ്ണാടി

മരച്ചില്ലയിൽ കൂടൊരുക്കിയ പ്രണയ പക്ഷികൾ.. ഋതു ഭേദങ്ങളുടെ കാൽ ചിലമ്പൊലിയിൽ സ്വപ്നങ്ങൾ നെയ്യുന്ന ദേശാടന പക്ഷികൾ... തൂവൽ സംഗീതം പൊഴിക്കുന്ന ഇരവുകൾ പകലുകൾ. ഇരതേടി പറന്നകലുന്ന ആൺ പക്ഷി. കാത്തുനിൽപ്പിന്റെ മുഷിപ്പ് കാണിക്കാത്ത ഇണ. ചെഞ്ചുണ്ടിൽ മധുരം നുകർന്ന് സ്നേഹം ആസ്വദിക്കുന്ന പെൺപക്ഷി. പ്രകൃതിയുടെ സൗന്ദര്യ ശാസ്ത്രത്തിൽ കുളിരണിയുന്ന കൊച്ചു കുടുംബം. ദയവായി കാലത്തിന്റെ കണ്ണാടി എനിക്ക് നേരെ തിരിച്ചുപിടിക്കു. ഹേ! മനുഷ്യാ കരയാതെ; ദേശാടന പക്ഷികൾ പറയുന്ന ഈ കഥ കേൾക്കൂ.

പ്രണയത്തിന്റെ ആദ്യാക്ഷരങ്ങൾ

വിശ്വാസം ഉറങ്ങുന്നതും ഉണരുന്നതും മനുഷ്യമനസ്സിൽ ആപേക്ഷികമാണ്. സ്നേഹവും വിശ്വാസവും പരസ്പരം പൂരകമാണെങ്കിലും അതിന് കാലത്തിന്റെയും സമയത്തിന്റെയും പ്രത്യേക പദവി കല്പിച്ചു നല്കാറുണ്ട്. സ്നേഹത്തിന്റെ രസനയിൽ വിശ്വാസത്തിന്റെ ഹരിശ്രീയെഴുതുമ്പോൾ ബന്ധത്തിന്റെ ഊഷ്മളതയാണ് വർദ്ധിക്കുന്നത്. സ്നേഹ വിശ്വാസങ്ങളുടെ സാമാന്യവൽക്കരണം എന്നത് പാൽ തൈരാകുന്നതുപോലെയാണ്. പാൽ തൈരായും മോരായും വെണ്ണയായും നെയ്യായും മാറുന്ന, സ്നേഹ വിശ്വാസങ്ങളുടെ നാനാർത്ഥങ്ങളിലൂടെയാകണം കമിതാക്കളുടെ യാത്ര. അപ്പോൾ സ്നേഹം അമൂർത്തമായ വിശ്വാസമായി മാറും. തീർച്ച.

അസ്തമിക്കാത്തപകൽ

ഉള്ളിൽ ഉറഞ്ഞുകൂടിയ മൗനം ഒരു കരസ്പർശനത്താൽ വാചാലമാകുന്നതും പ്രണയത്തിന്റെ തുടികൊട്ട് അസ്തമിക്കാത്ത പകലിന്റെ പ്രതീക്ഷയായി അവരുടെ മുൻപിൽ പ്രത്യക്ഷപ്പെടുന്നതും നിമിത്ത ശാസ്ത്രത്തിന്റെ പിൻബലത്തിൽ ചേർത്തുവെച്ചു. കാലം കരവിരുതിനാൽ കോറിയിട്ട അവളുടെ ശരീരഭാഷ എനിക്കു മാത്രം വായിക്കാൻ പാകത്തിനുള്ളതാണെന്ന തിരിച്ചറിവിൽ നാളത്തെ പ്രഭാതത്തെ സ്വപ്നം കണ്ടുറങ്ങി. എന്റെ സ്ഥാനം തിരിച്ചറിയാതെ ഒരു കൊച്ചു കുട്ടിയായി പകലെരിഞ്ഞ ജീവിതത്തെ ചേർത്തുവെച്ചു. പാതിവെന്ത ഉടലിന്റെ ഇലയനക്കങ്ങൾ ഭയത്തിന്റെ ചൂണ്ടുപലകയായി എന്റെ നേരെ വിരൽ നീട്ടി ചുരം കയറി ഇറങ്ങാൻ കഴിയാതെ അർദ്ധ പ്രാണനായി ഞാൻ എന്റെ മോഹങ്ങൾ കോടമഞ്ഞിൽ പൊതിഞ്ഞു കെട്ടി താഴ്വരയിലേക്ക് വലിച്ചെറിഞ്ഞു.

സ്നേഹപൂർണിമ

വികാരങ്ങൾ പ്രക്ഷോഭകാരികളെപ്പോലെയാണ്. അത് പുലമ്പുകയും കലഹിക്കുകയും ഒരു വേള ശാന്തമാകുകുയും ചെയ്യും. വിചിന്തനത്തിന്റെ ശരിയായ അർത്ഥ തലങ്ങളിൽ വീണ്ടും വാളോങ്ങി അരുതായ്കകളിൽ നിന്നും സർവ്വതന്ത്രസ്വാതന്ത്ര്യത്തിന്റെ സ്നേഹപൂർണിമയിലേക്ക് നമ്മെ കൂട്ടികൊണ്ടുപോകുകയും ചെയ്യും. ഇന്നിന്റെ ശരി നാളത്തെ തെറ്റാകും. തെറ്റും ശരിയും നിയതിയുടെ ആപേക്ഷികതയിൽ അളന്നു തൂക്കിയെടുക്കട്ടെ. കാലം വെപ്രാളപ്പെട്ട് മുന്നോട്ടു കുതിക്കുമ്പോൾ ദാനമായി ലഭിച്ച ഈ അല്പായുസ്സ് ആവോളം ആസ്വദിക്കാം.

പ്രണയാർദ്ര മാനസം

ഹൃദയ തന്ത്രികൾ അനുഭൂതിയുടെ സ്വരങ്ങളാൽ രാഗങ്ങൾ തീർക്കുമ്പോൾ ഒരേ അനുഭവങ്ങൾ വ്യത്യസ്ത താളത്തിലാകുന്നു. സ്നേഹ സഞ്ചാരവും ഇതേ അനുപല്ലവിയിൽ സഞ്ചരിക്കുമ്പോഴാണ് ഹൃദയരാഗങ്ങൾ പിറവിയെടുക്കുന്നത്. സ്വരസ്ഥാനങ്ങളുടെ കൃത്യതയിലൂടെ പുതിയഭാവഗീതങ്ങൾ അതുസമ്മാനിച്ചുകൊണ്ടേയിരിക്കും. പ്രണയത്തിന്റെ മാത്രാ വേഗത്തിൽ സ്വരരാഗ പ്രവാഹം പുതിയ ഭാവതലങ്ങളിലേക്ക് പടർന്നു പന്തലിക്കും. നീരുതേടി പോകുന്ന വൃക്ഷ വേരുകൾപോലെ പ്രണയാർദ്ര മാനസം ദാഹിച്ചു കൊണ്ടേയിരിക്കും. മരണമില്ലാത്ത പ്രണയം പോലെ... അതേ, മരണമില്ലാത്ത പ്രണയംപോലെ.

കൃഷ്ണഹൃദയം

രതിലയ ഭാവങ്ങളുടെ രസാനൂഭൂതിയിലൂടെ താരുടലിന്റെ സ്നിഗ്ധതയിൽ കവിത രചിക്കുവാൻ ഞാൻ വല്ലാതെ മോഹിക്കുന്നു. വാക്കുകൾ വസന്തകുടീരങ്ങളിൽ സ്വപ്നമകരന്ദമായി, രസനയിൽ ഈണമിടുമ്പോൾ വർണനയിലെ മനോജ്ഞ തങ്കവിഗ്രഹം, കണ്ണുകളിൽ പുതിയ ഈരടികൾക്കായി പരതീടുന്നു. അനുപമമാം നിന്റെ രസഭാവനയിൽ കള്ളകൃഷ്ണനായി ഞാൻ ഈ വേണുഗാനം സമർപ്പിക്കട്ടെ. കാതിൽ തേൻ മഴയായി കണ്ണിനുകുളിരായി എന്റെ ഹൃദയാരാമത്തിൽ നീ വന്നെത്തുമോ തോഴീ.

ആറടിമണ്ണിലഭയം

മരണമേ, നീയെൻ അരികിൽ നിശബ്ദനായി കരം ഗ്രഹിച്ച് നടക്കുകയാണോ. ഓരോ മാത്രയിലും നിന്റെ പദനിസ്വനത്താൽ എന്റെ പ്രണയാതുരമായ മനസ്സ് ജീവിക്കുവാൻ വേണ്ടി ദാഹിക്കുന്നു. വാസരസ്വപ്ന മഞ്ചലിൽ ആറടിമണ്ണിൽ പുഴുക്കളോടു സല്ലപിക്കാൻ കാലത്തിന്റെ കാവൽക്കാരൻ അനുമതി നല്കുന്ന നിമിഷങ്ങളെണ്ണി കാത്തിരിക്കുന്നു. ജീവിച്ചു കൊതിതീരാത്ത ഈ സുന്ദര ഭൂമിയെ വിട്ട് കാലം അടയാളപ്പെടുത്തിയ ദിനവും കാത്ത് ഇടയ്ക്ക് നമുക്ക് തിരിഞ്ഞു നോക്കാം; പ്രണയ സഞ്ചാരം നടത്തിയ സുന്ദര നിമിഷങ്ങളിലൂടെ. മലർവില്ലാൽ മകരന്ദം ചാലിച്ച പ്രണയാസ്ത്രം എന്റെ ഹൃദയക്ഷേത്രത്തിലേക്ക് കരം ഗ്രഹിച്ചു കൊണ്ടുപോകുകയും അനുഭൂതിയുടെ കാണാകാഴ്ചകളിൽ എത്തിക്കുകയും ചെയ്തിരിക്കുന്നു. മരണം ഒരു കള്ളനെ പോലെ അനുധാവനം ചെയ്ത് നിശബ്ദ താഴ്വരയിലേക്ക് തള്ളിയിടുമ്പോൾ ഇനിയും പറയാൻ ബാക്കി വെച്ച പ്രണയച്ചിന്തുകൾ ആറടി മണ്ണിന്റെ ജന്മിക്കവകാശപ്പെട്ടതാകുമോ?

പ്രോമിത്യൂസ്

പ്രോമിത്യൂസിന്റെ കരൾ കൊത്തിയ കഴുകൻ കണ്ണുകൾ നമുക്ക് ചുറ്റിലുമുണ്ട്. ദേവലോകത്തിനു മാത്രം അവകാശപ്പെട്ടതാണ ന്ന് അവർ അവകാശപ്പെട്ട അഗ്നി ഭൂമിയിലെത്തിച്ച പ്രോമിത്യൂസ് അവരുടെ മുൻപിലെ കരടായിരുന്നു. കൂറ്റൻ പാറകളിൽ ബന്ധന സ്ഥനായ അയാൾ നീലക്കടലിനെ നോക്കി ഉറക്കെ പുലമ്പുന്നുണ്ട്. ഞാൻ തെറ്റ് ചെയ്തിട്ടുണ്ടെങ്കിൽ അത് ഭൂമിയുടെ ഐശ്വര്യത്തി നാണ്. ജിവത്യാഗം ആണെങ്കിൽ അത് ഞാൻ സന്തോഷത്തോടു കൂടി സ്വീകരിക്കും. അറിവ് എന്ന അഗ്നി ഭൂമിയിൽ എത്തിച്ച പ്രോ മിത്യൂസ്മാർ ഇനിയും ഭൂമിയിൽ ഉദയം ചെയ്യും; മറ്റുള്ളവർക്കായി കരൾ പകുത്തു നല്കിയ ആയിരങ്ങൾക്കൊപ്പം. കരൾ സ്നേഹത്തി ന്റെ പ്രതീകമാണെങ്കിൽ പ്രോമിത്യൂസ് ആയി ഞാൻ ഈ ഭൂമിയിൽ ഇനിയും ജീവിക്കും. പാതി മുറിഞ്ഞുപോയ കരൾ ചേർത്തുവെച്ച് ഞാനിവിടെ പ്രണയാംബരം തീർക്കും. കരൾ കൊത്തിവലിക്കുന്ന കഴുകൻ കണ്ണുകൾ ചുറ്റിലുമുണ്ടെന്നുള്ള വിശ്വാസത്തോടുതന്നെ...

രസായനം

പകലൊടുങ്ങി. പടിഞ്ഞാറൻ ചക്രവാളത്തിൽ സൂര്യനെ കടൽ വിഴുങ്ങി. ഒരു ദിവസം അങ്ങനെ സാങ്കല്പികമായി അവസാനിച്ചു. ഒരിക്കലും തിരിച്ചു കിട്ടാത്ത ദിവസം. ഇന്നിന്റെ മധുരിക്കുന്ന ഓർമ്മകൾ മനസ്സിൽ മന്മഥ ചിന്തകൾ ഉണർത്തി ഉറക്കം എന്ന അനിവാര്യതയിലേക്ക് സൂര്യനെ പോലെ കടന്നു ചെന്നു. പകൽ വെട്ടത്തിൽചന്ദ്രൻ കണ്ണിറുക്കിയത് അറിയാതെയറിഞ്ഞിരുന്നു. ചന്ദ്രൻ ഒരു സുഖ സാന്നിധ്യമാണ്. നിലാവിന്റെ ഉന്മത്തതയിൽ സുഖമുള്ള ചിന്തകൾ അയവിറക്കി, അനിവാര്യ പ്രതിഭാസം ചിന്തകളിലെ ദാഹം തീർത്തു കൊണ്ടേയിരുന്നു. കയ്പും പുളിയും എരിവും മധുരവും തീർത്ത ജീവിത രസായനം സൂര്യചന്ദ്രൻമാരെ സാക്ഷിനിർത്തി കുടിച്ചു തീർത്തത് അവനും അവളും മാത്രമാണറിഞ്ഞത്. നാളെ പകലെരിയുമ്പോൾ പുതിയ ഭാവനകൾ ചിറകു വീശി പറക്കും. ചന്ദ്രനോട് കുശലം പറഞ്ഞ് രാവിന്റെ നിർവൃതിയിൽ സുഖമായി കിടന്നുറങ്ങും.

ഉന്മത്തതയുടെ ക്രാഷ്ലാന്റ്

ഉന്മത്തതയുടെ ക്രാഷ്ലാന്റിങ്ങിനിടയിലൂടെ പാതി മയക്കത്തിൽ നീ എന്റെ ചാരത്ത് എത്രസുഭഗമായി ചേർന്നു നിൽക്കുന്നു. തൂമന്ദഹാസത്തിന്റെ പാലൊളി തൂകിയ ഹേമന്ദ രാത്രികൾ ഒരിക്കലും അവസാനിക്കാതിരുന്നെങ്കിൽ! അർദ്ധ മയക്കത്തിൽ നിന്റെ ഞരക്കത്തിന്റെ ഉന്മത്താവസ്ഥ എനിക്ക് പ്രിയപ്പെട്ടതാണ്. ഒരു സംഗീതം പോലെ... ഒരു രാഗതാള വിസ്മയം പോലെ... ഒരു അഭൗമ ആസക്തിയായി നീ എന്റെ സിരകൾക്ക് ചൂടുപകരുന്നു. ഭൂമിയിൽ സ്വർഗം പണിതീർത്തവർ, പ്രണയത്തിന്റെ സുവർണനാരുകൾ തീർത്ത സപ്രമഞ്ചലിൽ, പകലിന്റെ നൂപുരധ്വനി അനുനാദം തീർത്താഹൃദയം ഹൃദയത്തിന്റെ കാതിൽ മന്ത്രിച്ച മധുര ശബ്ദങ്ങൾ നുകരുന്നു. അത് ഒരു മുഴക്കമായി എന്റെ കർണപുടങ്ങളിൽ നൃത്തംചവിട്ടുന്നു. ഒരു ദിനം മുഴുവൻ. അതെ, ഒരുദിനം മുഴുവൻ.

കപട സദാചാരി

അനുഭൂതിയുടെ രസായനങ്ങൾ തേടിയുള്ള അവിരാമയാത്ര, ശാസ്ത്രീയ സത്യങ്ങളുടെ പിൻബലം ഇല്ലാതെ തന്നെ ഇതാ ഒരു ബിന്ദുവിൽ അവസാനിക്കാൻ പോകുന്നു. അവിടെ നിന്ന് ഇനി എങ്ങോട്ട് എന്ന ചോദ്യം അപ്രസക്തമാണ്. വൈകാരികമായ, ലൗകികമായ, ഭൗതിക ലോകത്തു നിന്നും ആധ്യാത്മികതയുടെ വെളിപാടിലൂടെ കുറച്ചു കാതങ്ങൾ നടക്കണം. ജനനവും മരണവും സത്യമാണെന്ന തിരിച്ചറിവിൽ, ജീവിതസംരചന പ്രഹേളികയായി നില നില്ക്കുന്ന കാലഘട്ടത്തിൽ, പുതിയ മാറ്റങ്ങൾ ഊർജ്ജദായകങ്ങളാകുമെന്ന പ്രതീക്ഷയോടെ. മനസ്സിളക്കാൻ ഉർവ്വശിയോ, രംഭയോ, തിലോത്തമയോ എത്തിയാൽ ഇതിഹാസങ്ങളെ തങ്കത്താളിൽ നമുക്ക് ഉറക്കാം. രാവിന്റെ വിരിമാറിൽ അനുഭൂതിയുടെ പുതപ്പു ചുറ്റി വിഭൂതി സൃഷ്ടിക്കാം. ആധ്യാത്മികത ആത്മാവിൻ രതിയായി പാരിലെങ്ങും വീശി പടരട്ടെ. അതുവരെ ഞാൻ കപട സദാചാരവാദിയായി ഈ ഉപവസന്തത്തിൽ ധ്യാനിച്ച് ഇരുന്നുകൊള്ളാം.

പെയ്തൊഴിയാതെ

കഥയും കവിതയും പെയ്തൊഴിയാവർഷമായി മനസ്സിന്റെ നാലുകെട്ടിൽ സ്നേഹ മഴ തൂകുമ്പോൾ സഖേ, പെയ്തൊഴിഞ്ഞ പാഴ്കിനാക്കളിൽ നഷ്ടബോധത്തിന്റെ അലയൊലി ഹൃദയമിടിപ്പിനെ വേഗതയിലാക്കുന്നു. കടന്നു പോയവർഷങ്ങൾ ഒരിക്കലും തിരിച്ചു വരില്ലെന്ന വേദന വേദനതന്നെയാണെന്ന തിരിച്ചറിവിൽ സ്നേഹാംബരം പെയ്തിറക്കിയ നടുമുറ്റത്തെ പ്രണയ ജലധിയിൽ ഞാനൊന്നു മുങ്ങി കുളിച്ചോട്ടെ. നാലും കൂട്ടിമുറുക്കി ഉമ്മറപ്പടി വാതിൽ പാതി തുറന്നു ഞാൻ നിന്നെയും കാത്തിരിക്കുന്നു. വാതിൽ പഴുതിലൂടെ എത്തുന്ന അനുരാഗത്തെന്നലിൻ തലോടലിൽ പാതി അടഞ്ഞ്, ശേഷിച്ച വർഷങ്ങൾ അമൃതകുംഭമേറി എന്നെ ആറാട്ടുകടവിൽ എത്തിക്കൂ. മദനോത്സവത്തിന്റെ കാഹളധ്വനി ഉയരുന്നതുവരെ നമുക്ക് ഈ ഊഴിയിൽനീണാൾ വാഴാം.. ഇതാണ് കാലത്തിന്റെ കല്പന.

ഹൃദയരക്തം

കടലോളം സ്നേഹത്തിന്റെ ആഴവും പരപ്പും അനുഭവിച്ചറിഞ്ഞ തിന്റെ തിരിച്ചറിവിൽ അവനിൽ അവൾ അലിയുകയായിരുന്നു. അവൻ അവളിലും. നിമിഷങ്ങൾ വാചാലമാകുന്നതും കണ്ണിലെ തിരയിളക്കവും ശ്വാസവേഗതയും എല്ലാം അനുഭൂതിയുടെ കാണാ ക്കയങ്ങളിലെ കാഴ്ചകളായി അനുഭവപ്പെട്ടു. ആഗ്രഹിക്കുന്ന സമയത്ത് പ്രത്യക്ഷപ്പെടുന്ന സ്നേഹസ്വരൂപനായി മാറിയതിൽ തെല്ലതുതവുമില്ലെന്നു തെളിഞ്ഞ നിമിഷങ്ങൾ. അവളുടെ പുലമ്പ ലുകൾ കൈമോശം വന്ന പാവക്കുട്ടിയെ തേടി പോയ കുട്ടിയുടെ ശാഠ്യം പോലെയും കളിപ്പാട്ടം തിരികെ കിട്ടിയ കുട്ടിയുടെ ആത്മ നിർവൃതി പോലെയും എനിക്ക് അനുഭവപ്പെട്ടു. കണ്ണിന്റെ ആഴങ്ങ ളിലെ കടലിരമ്പവും ചുണ്ടിൻ കോണിലെ വേലിയിറക്കവും ഞാൻ എന്റെ കൺമുനയാൽ ചൂഴ്ന്നെടുത്തു. വസന്തത്തിന്റെ ഋതു ശോഭ യിൽ അവളുടെ മുഖം പതിവിൽ കവിഞ്ഞ കാന്തിയായി രൂപാന്ത രപ്പെട്ടു. ആശിക്കുകയും പ്രണയിക്കുകയും ഒരു വേള തോറ്റോടി പോകുകയും ചെയ്ത പിൻകുറിപ്പുകളിൽ അവളുടെ ഹൃദയരക്തം ചീന്തിയിരുന്നത് അറിയാൻ വൈകിപ്പോയിരുന്നു.

കനലാട്ടങ്ങൾ

അസ്ഥികൾ പൂക്കുന്ന താഴ്‌വരതേടി പോകുന്നവരേ, ഇതുവഴി കടന്നു വരുമോ? ഇവിടുത്തെ കാറ്റിന് പ്രണയത്തിന്റെ ഗന്ധവും പ്രണയ നഷ്ടത്തിന്റെ ആകുലതയും ഹൃദയവേദനകളുടെ തീച്ചൂളയിൽ നിന്ന് ഉയരുന്ന കനലാട്ടങ്ങളുടെ പൊള്ളലുമുണ്ട്. ആയിരം പ്രണയിനികളുടെ ശവപ്പറമ്പാണിവിടം. ആയിരം വിപ്ലവസൂര്യന്മാർ ഉദിക്കേണ്ടയിടവും ഇതുതന്നെ. തോല്ക്കാൻ മനസ്സിലാത്തവർ... ഹൃദയ ഭാഷ സ്നേഹഗീതമായി നാവിൻ തുമ്പിൽ ഏറ്റു പാടുന്നവർ. അവർ നവോന്മേഷത്തോടെ പ്രണയഗീതങ്ങൾ പാടിപ്പാടി ഈ ഹൃദയാങ്കണത്തിൽ നവമല്ലികകൾ വിരിയിക്കും. ആസന്നമായ കാലഘട്ടത്തിൽ സ്നേഹഗാനങ്ങൾ പാടിപ്പാടി ഈ ശവക്കല്ലറകളുടെ മൂടി നമുക്കുവലിച്ചെറിയാം. അസ്ഥികൾ തളിർക്കുന്ന പുതിയ കാലത്തിന്റെ പ്രണയജോഡികളാകാം. വരൂ നമുക്ക് ഒന്നിക്കാം.

അവസ്ഥാന്തരങ്ങൾ

കളങ്കമില്ലാത്ത പ്രേമത്തിന്റെ പൊരുൾതേടി അവനും അവളും യാത്രയാരംഭിച്ചു. വെറുപ്പും സ്നേഹവും അളന്നു തിട്ടപ്പെടുത്തി തൂക്കി നോക്കാൻ ശ്രമം നടത്തി. സ്നേഹതുലാഭാരത്തിന് തുല്യമായ ഭൗതിക വസ്തുക്കൾ ഒരു തട്ടിൽ സൂക്ഷ്മതയോടെ വച്ചു നോക്കി. തുലനം ചെയ്യാനാവാതെ സ്നേഹ പുഴ കവിഞ്ഞൊഴുകി. അമൂർത്തമായ ആലിംഗനം കൊണ്ട് സ്നേഹത്തട്ട് താഴ്ന്നു തുടങ്ങി. സ്നേഹം അരിപ്പ കൊണ്ട് അരിച്ചെടുത്ത് പരിശുദ്ധി തെളിയിക്കാമെന്ന അവളുടെ വാദത്തെ തൻമാത്രകൾ കൊണ്ട് എതിർത്തു തോല്പിച്ചു. പൂരിതവും അപൂരിതവുമായ പ്രേമ ബിന്ദുക്കൾ ഒരു പിടിയും തരാതെ ദ്രവ്യത്തിന്റെ അവസ്ഥകളിൽ നിലകൊണ്ട് അവരെ തോല്പിച്ചു കളഞ്ഞു. ഹൃദയ ചാലുകളിൽ ഒഴുകിയെത്തിയ സ്നേഹ ബിന്ദുക്കൾ ഒന്നു ചേർന്ന് ഒരു സ്നേഹമാല ചാർത്തി നോക്കിയപ്പോഴാണ് അവർക്ക് ഒരു ധാരണയായത്. അതുവരെ സ്നേഹം കടലോളമുണ്ടെന്ന് അവർ പറഞ്ഞിരുന്നു. തീരത്തിൽ അവർ എഴുതി വെച്ച സ്നേഹ ശീലുകൾ കടലമ്മ നക്കിയെടുത്തു. പുതിയത് എഴുതിയാൽ കടലമ്മ കള്ളിയാണെന്ന് ആരെങ്കിലും ധരിച്ചാലോ? ഹേ! അതുവേണ്ട.

പ്രണയമഴ

പ്രണയ മഴയിൽ ഇണക്കവും പിണക്കവും അനുരോധവും പ്രതിരോധവും സൃഷ്ടിക്കുമ്പോൾ ചിലപ്പോൾ അതിവൃഷ്ടിയിലേക്കും മറ്റു ചിലപ്പോൾ അനാവൃഷ്ടിയിലേക്കും എത്തിചേരാൻ സാധ്യത ഏറെയാണ്. ചന്നംപിന്നം പെയ്യുന്ന മഴയാണ് കുളിരും സുഖവും തരുന്നത്. ഇടിമിന്നൽ കൺകോണിൽ ഒളിപ്പിച്ചു വെച്ച് രതിഭാവത്തോടെ മഴ പെയ്യിക്കാൻ പ്രത്യേക വൈഭവം കാമിനിമാർക്കുണ്ട്. മാനത്ത് കാർമേഘം ഉരുണ്ടു കൂടുമ്പോൾ യുക്തമായ തീരുമാനം എടുത്തിരിക്കണം. അല്ലെങ്കിൽ അതിവർഷത്തിലേക്കും പ്രളയത്തിലേക്കും എത്തിപ്പെടാൻ സാധ്യത ഏറെയാണ്. അത്ര ലോലമായ പ്രണയനാരുകൾ ചേർത്ത് വെച്ച് ഞാനുണ്ടാക്കിയ മഴവിൽ ശില്പം മഴയ്ക്കു മുൻപും അതിനു ശേഷവും വില്ലൊടിയാത്ത മാരിവില്ലായി ശോഭിക്കും. ചിണുങ്ങി ചിണുങ്ങിയും കുണുങ്ങി കുണുങ്ങിയും വരുന്ന മഴയെ നമുക്ക് കാത്തിരിക്കാം.

തീയാട്ടങ്ങൾ

മനുഷ്യൻ എത്ര നിസ്സാരനാണ്. ജീവനില്ലാത്ത വൈറസ് ജീവനുള്ള മനുഷ്യനെ കാർന്നു കാർന്നു തിന്നുന്നത്ര അതിഭീകരത. അണുബോംബിനേക്കൾ മാരകമായ ജൈവായുധം, കൊന്നു തള്ളാൻ ഉദ്ദേശിച്ചവരുടെ കൈ പിടിയിൽ നിന്നും ചാടിപോയി, കൊല്ലാതെ കൊല്ലുന്ന നയതന്ത്രജ്ഞൻമാരുടെ കൈകളിൽ! ഇവിടെ ദൈവങ്ങളോ ആൾ ദൈവങ്ങളോ ആരാധനകളോ അപ്രസക്തം. അതിരുകളില്ലാത്ത, അതിദാരുണമായ, അന്ത്യവിധി നമുക്കന്യമെന്നു കരുതി സമാധാനിക്കാം. പൊരുതാം. പൊരുതിപ്പൊരുതി നേടാം. ഇതൊരു ഇടവേളയാണ്. പ്രണയത്തിനും മരണത്തിനുമിടയ്ക്കുള്ള ആകുലത. ക്ഷണിക ജീവിതം ഇവിടെ പ്രണയാർദ്രമാക്കി മാറ്റാം. കൊറോണ പകർന്നാടിയ തീയാട്ടങ്ങൾ കൊടിയിറങ്ങുമ്പോൾ, പുതിയ പ്രണയ സങ്കീർത്തനങ്ങൾ നാടിന്റെ സപ്തനാഡികളിലും പുതുജീവൻ പകരും. ഇടവേളയ്ക്കുശേഷവും നീയും ഞാനുമുണ്ടെങ്കിൽ നമുക്ക് ഒരു മഴയായി, ഒരു പുഴയായി അവിരാമമൊഴുകാം.. പുതിയ വൈറസ് ഉദയം ചെയ്യുന്നതു വരെ. അതുവരെമാത്രം.

ആലിപ്പഴം

മനുഷ്യന്റെ മനോവ്യാപാരങ്ങൾക്കുമപ്പുറത്താണ് ചില പ്രണയങ്ങൾ. ഏകതാനമായ ഒരു അവസ്ഥാവിശേഷത്തിലൂടെ സഞ്ചരിച്ച് സഞ്ചരിച്ച് അനുകൂല സാഹചര്യങ്ങളിൽ മാത്രം പങ്കുവെയ്ക്കപ്പെടുന്ന ചില സ്നേഹ സഞ്ചാരങ്ങൾ. ചില കരുതലുകൾ പരസ്പരം പങ്കുവെയ്ക്കപ്പെടാതെ ഉമിത്തീയിൽ വെന്തു നീറുന്നുമുണ്ട്. പഴയകാല അനുഭവങ്ങൾ പുതിയ കാലത്തോടു ചേർത്തുവെയ്ക്കാൻ ഇഷ്ടപ്പെടാത്തവർ. അവർ പഴമയുടെ ഗരിമയിൽ ഊർജ്ജം കൊള്ളുന്നവരാണ്. പ്രണയ ചരിതത്തിന് അവസാന അധ്യായം കണ്ടെത്തുംവരെ അവർ അങ്ങനെ പറഞ്ഞു കൊണ്ടേയിരിക്കും. പറയാൻ മടിച്ച പ്രണയം പരൽമീനുകൾ പെയ്തിറങ്ങുന്നതു പോലെയാണ്. ആദ്യമഴയോടൊപ്പമുള്ള ആലിപ്പഴവർഷം പോലെ. രണ്ടും പ്രണയങ്ങളാണ്. രണ്ടിന്റെയും വീക്ഷണ കോണുകളാകട്ടെ വ്യത്യസ്തവും. ഒരേ കോണളവുള്ള ത്രികോണ നിർമിതിയാണ് എന്റെ ഇപ്പോഴത്തെ പണി. പല വലിപ്പത്തിൽ പണിതു നോക്കി. എല്ലാറ്റിന്റെയും അളവ് ഒന്നു തന്നെ. പ്രണയത്തിന്റെയും.

വട്ടപ്പൂജ്യം

അലസ വിരസദിനങ്ങൾ. പ്രണയരേഖ നേർപഥത്തിൽ. ജീവന്മരണ പോരാട്ടങ്ങളുടെ കോറോണ കാലഘട്ടങ്ങൾ. മോണിട്ടർ അതാണ് സൂചിപ്പിക്കുന്നത്. ഗ്രാഫ് ഉയർന്നുതാണു വരാൻ ഇനി എത്ര നേരം കാത്തുനില്ക്കണം. അറിയില്ല. ഒന്നിന്നും വ്യക്തതയില്ല. അനുസരണമില്ലാതെ ഹൃദയസ്പന്ദനം ആ വഴിക്ക് നീങ്ങുന്നു. ജീവിതം അങ്ങനെ ക്രമരഹിത ചലനത്തിന്റെ ആകെ തുകയാണെന്ന് ആലങ്കാരികമായി പറയാം. ഒരു ബിന്ദുവിൽ തുടങ്ങി മറ്റൊരു ബിന്ദുവിൽ അവസാനിക്കുന്ന പ്രദക്ഷിണപഥം. ജീവിതം എന്ന വട്ടപൂജ്യത്തിൽ അഹങ്കരിക്കുന്നവർ... സ്ഥാനവിലയിൽ കയറി പറ്റാൻ ശ്രമിക്കുന്നവർ... കുട്ടലും കിഴിക്കലും ഹരണവും ഗുണനവും നടത്തുന്നവർ! കോടികൾ എഴുതി പൂജ്യം കൊണ്ട് ഗുണിച്ച് സംപൂജ്യരായി അങ്ങനെ അരങ്ങത്ത് വാഴാം... ഇതും ഒരു ജീവിത ദർശനം തന്നെ.

ഇരട്ടവരയ്ക്കുള്ളിലെ പ്രണയം

കാലം വികൃതമാക്കി രചിച്ച പ്രണയ പുസ്തകത്തിലെ അവസാനപുറമല്ല ജീവിതം. ഇരട്ട വരയ്ക്കുള്ളിൽ പ്രണയം പൊഴിക്കുന്ന അക്ഷരമാണ് നീ.

പ്രണയനാമ്പുകൾ

നഷ്ടങ്ങൾ വേദനയാണെന്ന തിരിച്ചറിവിൽ ഹൃദയം നെരിപ്പോടിലമർന്നുകത്തിക്കൊണ്ടിരുന്നു. ആഗ്രഹങ്ങളിൽ മനസ്സുവീണുടയുമ്പോൾ അപൂർണ ശില്പങ്ങളിലെ മൗനരാഗം അവർ മാത്രമേ അറിയുന്നുള്ളൂ. നെടുവീർപ്പുകളിലെ രാഗവിസ്താരമാകട്ടെ കാണാവുന്നതിനും അപ്പുറത്താണ്. കാലം കൽപ്പിച്ച വിധി, വർണ്ണത്തൂവലുകൊണ്ട് പൊതിഞ്ഞെടുക്കുന്ന തിരക്കിലാണ് ഇപ്പോൾ ഇരുവരും. കാലം കരിമഷിയെഴുതിയ മിഴികളിൽ പ്രണയനാമ്പുകൾ പൊട്ടിമുളക്കട്ടെ! ആർദ്രതയും കരുതലും പ്രണയശിൽപ്പത്തിൽ കൊത്തിവെക്കട്ടെ! കണ്ണുകളിലെ തീർച്ച പുതിയ കാലത്തിനു വിരുന്നൊരുക്കും. അതുവരെ ഞാൻ കാത്തിരിക്കും.... കാത്തിരിക്കുക തന്നെ ചെയ്യും.

കള്ളൻ

പകരംവെയ്ക്കാനാവാത്ത നിശബ്ദ സ്നേഹം ഒളിപ്പിച്ച ചെപ്പിനുള്ളിൽ ഞാൻ കള്ളനെപ്പോലെ കയറട്ടെ. കാമുകീദംശനത്താൽ മോഹാലസ്യപ്പെടട്ടെ. അത്രമേൽ ആഴത്തിൽ വേരോടിപ്പോയ അനുരാഗം അനുഭവിക്കട്ടെ

മയിൽപ്പീലിക്കാവ്

മനസ്സിന്റെ മയിൽപ്പീലിക്കാവിൽ ഒരു ഇളം തെന്നലായി നീ കടന്നു വന്നപ്പോൾ പ്രിയേ അതിരുകളില്ലാത്ത സ്നേഹാംബരം നിന്റെ മുൻപിൽ തുറന്നിട്ടിരിക്കുന്നത് നീ അറിയുന്നില്ലേ? ചക്രവാളങ്ങൾക്കു മപ്പുറത്ത് ഉദയാർക്കന്റെ പ്രണയ സംഗീതം നീ കേൾക്കാതെ പോകുകയാണോ? കിഴക്കിന്റെ ചോരപ്പടർപ്പിൽ തൂമന്ദഹാസം തൂകി നിന്റെ കടാക്ഷത്തിനായി ഞാൻ പ്രത്യക്ഷപ്പെടുമ്പോൾ, കാർമേഘം വാരിവിതറി നീ എന്നിൽ നിന്ന് ഓടി അകലാൻ വെമ്പൽ കൊള്ളു ന്നതെന്തിന് ? അകലത്തു മഴക്കാറു കാണുമ്പോൾ മയിലാട്ടം നടത്താനുള്ള ശ്രമമാണതെങ്കിൽ ഞാൻ ധന്യനായി. അതിരുകളി ല്ലാത്ത പ്രണയാംബരത്തിൽ കാർമേഘശകലങ്ങളായി ഇടയ്ക്കിടെ ഞാനും എത്തിച്ചേരട്ടേ.

സ്വപ്നയാത്ര

സ്വപ്നങ്ങൾ ഏഴു കുതിരകളെ പൂട്ടിയ തങ്കരഥത്തിൽ പാഞ്ഞു പോയി കൊണ്ടേയിരുന്നു. പൊടിപടലങ്ങൾ വിചിത്ര രൂപങ്ങൾ നെയ്യുന്ന സ്വപ്ന ഭൂവിൽ അവൻ ഓർമ്മകളോട് മല്ലിട്ടു കൊണ്ടേയി രുന്നു. സ്വപ്നങ്ങൾ നെയ്യുന്ന തുന്നൽക്കാന്റെ കുപ്പായം വല്ലാതെ കീറി മുറിഞ്ഞുപോയിരിക്കുന്നു. ഇഴ മുറിഞ്ഞ സ്വപ്നാടനം ഇപ്പോൾ നിത്യ കാഴ്ചകളാണ്. പ്രണയം നിത്യചാരുത ഒരുക്കുന്ന സ്വപ്നഭൂമി ഒരു കടങ്കഥയായി അവന്റെ മനസ്സിൽ നുരഞ്ഞുപൊങ്ങി കൊണ്ടി രുന്നു. തീരം വിട്ട തിരയുടെ ഗദ്ഗദം കണ്ണീർ നനവായി കീറിപ്പൊളി ഞ്ഞ കുപ്പായത്തിൽ പടർന്നു പന്തലിക്കുന്നുണ്ടായിരുന്നു. കാലത്തി ന്റെ അളവുകോലിൽ പൊയ്പോയ കാലത്തിന്റെ മധുരിമ അളന്നെ ടുക്കാൻ അവൻ നന്നേ പാടുപെട്ടു. ഇനിയൊരു ജന്മമുണ്ടെങ്കിൽ ഇഴ പാകിയ സ്വപ്ന കുപ്പായം എടുത്തണിയണം. തങ്കരഥത്തിൽ അതിരുകളില്ലാത്ത ആകാശത്തിലൂടെ സ്വപ്ന യാത്ര നടത്തണം.

പ്രണയത്തിന്റെ ചുരം

രതിലയഭാവങ്ങളുടെ അലസഗമനത്തിനൊടുവിൽ ചില വേറിട്ട ചിന്തകൾക്ക് വേരോട്ടം ഉണ്ടായി. കാല്പനികതയുടെ ഭൂമികയിൽ പ്രണയവും പ്രണയനഷ്ടവും എങ്ങനെ സൃഷ്ടിക്കപ്പെടുന്നു. ഒരാളെ മനസ്സിന്റെ ശ്രീകോവിലിൽ സങ്കല്പിച്ച് തന്റെ ജീവിതത്തെ മധുരതരമാക്കിയെടുത്താൽ അവിടെ പ്രണയവല്ലരി പൂക്കുകയും കായ്ക്കുകയും ചെയ്യും. നിരാസത്തിന്റെ ബലിക്കല്ലിൽ ചോരപ്പാടുവീണാൽ പ്രണയനഷ്ടം സംഭവിക്കും. പ്രണയത്തിന്റെ സാമാന്യവൽക്കരണം അസാധ്യമാണത്രേ! സ്നേഹം, സ്നേഹ നഷ്ടം എന്ന ബിംബങ്ങൾ എടുത്ത് കവിഭാവനയ്ക്ക് വിടാം എന്നേയുള്ളു. പ്രണയം സൂക്ഷ്മാംശത്തിൽനിന്നും സ്ഥൂലാംശ പ്രകൃതിയിലേക്ക് ക്രമാനുഗതമായി യാത്ര ചെയ്തു കൊണ്ടേയിരിക്കും. ചില ഘട്ടങ്ങളിൽ സ്ഥൂലത്തിൽ നിന്നും സൂക്ഷ്മത്തിലേക്ക്. അത്ര തന്നെ ഗഹനമായ, നിഗൂഢമായ ആറ്റോമിക ഘടനയാണ് അതിനുള്ളത്. ഇഷ്ടവും ഇഷ്ടക്കേടും പ്രണയ സഞ്ചാരവഴികളിലെ ഗട്ടറുകൾ മാത്രം. ഇറക്കങ്ങളും കയറ്റങ്ങളും സ്നേഹമലയിലെ ദിശാ സൂചിക നോക്കി ഗണിച്ചെടുക്കണം. ശ്രദ്ധിച്ചോ, പ്രണയത്തിന്റെ ചുരം ഇറങ്ങി വരുന്ന സ്നേഹ കാറ്റിന് വിശപ്പിന്റെ മണം ഇല്ലേ?

മഞ്ഞുശില്പം

വാക്കുകൾ വേപഥു സൃഷ്ടിക്കുന്ന മൗനമാണ് നീ. ഉരുകിയൊലിക്കുന്ന മഞ്ഞുശില്പം. എന്റെ സ്നേഹചൂടിൽ, ചൂരിൽ അലിഞ്ഞു അലിഞ്ഞു ചേരുന്ന പ്രണയ ശില്പം

ഗണകന്റെ കണക്കുപുസ്തകം

നാട്ടുവഴികൾ, ഇടവഴികൾ, മടുപ്പിന്റെ അവസാന വഴികളായി എനിക്ക് ഒരിക്കലും അനുഭവപ്പെട്ടിട്ടില്ല. ഹൃദയം കല്പിച്ച ഓരോ നടത്തത്തിലും ഒളിഞ്ഞു നോക്കുന്ന മാൻമിഴികളെ ഞാൻ അറിയാതെ അറിഞ്ഞിരുന്നു. നിരനിരയായി അടുക്കി വെച്ച പത്തൽ വേലിയുടെ ഇടുങ്ങിയ വിടവിലൂടെ ബിഎസ്എ സൈക്കിൾ കുതിച്ചു പായുമ്പോൾ പലക അടിച്ച മറഭിത്തിയുടെ ശോഷിച്ച ദ്വാരത്തിലൂടെ രണ്ടുകണ്ണുകൾ എന്റെ അലക്കി തേച്ച പാരഗൺ ചെരുപ്പിനെ പിൻതുടരുന്നത് ഞാൻ അറിയുന്നുണ്ടായിരുന്നു. അങ്ങനെ വേലിയും ഞാനുമായുള്ള ചങ്ങാത്തം വല്ലാത്ത ആത്മബന്ധമായി വളരവെയാണ് ഒരു അപ്രതീക്ഷിത പറിച്ചുനടീൽ ഉണ്ടായത്. കാളിദാസന്റെ മേഘ സന്ദേശം പുതിയ ചിന്തകൾക്ക് വളമിട്ടു കൊണ്ടേയിരുന്നു. എനിക്കറിയാൻ വയ്യാത്തഭാഷയിൽ മനസ്സ് ഒരു അരയന്നമായി ദൂരദിക്കിലേക്ക് പറന്നുപോയി. കാത്തിരുപ്പിന്റെ ഇരുണ്ട വാതിൽപടിയിൽ കരയിപ്പിക്കുന്ന സാക്ഷ വലിച്ചു നീക്കി ഞാൻ നോക്കാറുണ്ടായിരുന്നു. എന്റെ നോട്ടം ഇപ്പോഴും അങ്ങോട്ടുതന്നെ. ഗണകന്റെ കണക്കു പുസ്തകം തെറ്റിപ്പോയോ എന്നറിയണം

മഴമുകിൽ പെൺകൊടി

കണ്ണാന്തളി പൂവുംതേടി ഒരു അവധൂത സഞ്ചാരം. ഓർമകളുടെ ചില്ലുജാലകത്തിലൂടെ മങ്ങിയ കാഴ്ചകൾ പരതുന്ന പ്രേമഭിക്ഷു. കാർമേഘം കുരവയിടുന്ന കൊടുംവേനലിൽ, മിന്നലിന്റെ അകമ്പടിയോടെ മണ്ണിനെ സ്പർശിച്ച് ഓർമക്കൂണുകൾക്ക് ജന്മം നല്കിയ നിമിഷങ്ങൾ, ഒരു മിന്നലാട്ടം പോലെ ഓർമചെപ്പേടിൽ സൂക്ഷിക്കാൻ എനിക്ക് ഇഷ്ടമാണ്. കൂണിന്റെ ക്ഷണിക ജീവിതായുസ്സുപോലെ ഓർമപഥങ്ങളിൽ പുതിയ ദുന്ദുഭി നാദത്തിനായി കാതോർത്തിരിക്കാനും എനിക്ക് ഏറെ ഇഷ്ടമാണ്. മീനമാസത്തിലെ പൊരിവെയിലിന് ആശ്വാസമായി കാർമേഘം ചുരത്തുന്ന പ്രേമ വർഷത്തെ ഉള്ളിലാക്കി എത്ര വേഗത്തിലാണ് മണ്ണ് ദാഹം തീർക്കുന്നത്. അത്രമേൽ ദാഹമാണ് എനിക്കും ഉള്ളത്. ഇടവപ്പാതിയും കടന്ന് കാലവർഷത്തിന്റെ നേർപകർച്ചകളിൽ നിന്നും തുലാവർഷ രാവിന്റെ മച്ചകത്തിലേക്ക് എന്നെ കൈപിടിച്ചു കൊണ്ടുപോകൂ... എന്റെ മഴമുകിൽ പെൺകൊടീ...

മൗനസഞ്ചാരം

നെഞ്ചിൽ ഉറഞ്ഞുകൂടിയ മൗനം നവരസങ്ങളായി പുറത്തേക്കൊഴുകി. ചോദ്യത്തിന് കൃത്യമായ ഉത്തരമില്ലാതെയും ഉത്തരത്തിന് കൃത്യമായ വ്യക്തതയില്ലാതെയും ആ മൗനസഞ്ചാരം അവരിരുവരും അറിഞ്ഞും അറിയാതെയും നടന്നുകൊണ്ടേയിരുന്നു. പ്രതീക്ഷ പൂക്കാത്ത മരുഭൂമിയിൽ വസന്തം മരീചികയാണെന്ന് രണ്ടുപേർക്കും അറിയാം. എന്നിരുന്നാലെന്ത്, സ്നേഹം നട്ടുനനച്ചു വളർത്തിയ പാഴ്കിനാക്കൾ പൂത്തുലഞ്ഞ് പരിമളം പരത്തി, ശിഷ്ടകാല ജീവിതം സമ്പന്നമാക്കുമെന്നവർ വിചാരിച്ചിരിക്കണം. വിചാരങ്ങൾക്കും വികാരങ്ങൾക്കും ഇടയിലെ വിചാരണ അങ്ങനെ തുടരവേ വിധി ന്യായം കേൾക്കാൻ അവർ ഇരുവരും കാതോർത്തുകൊണ്ടേയിരുന്നു.

അക്ഷരമാല

ചോദ്യത്തിന് ഒരു ഉത്തരവും തരാതെ ആശ്ചര്യചിഹ്നം ഇട്ടു നീ കടന്നുകളഞ്ഞതെന്താണ് ? സ്വരങ്ങളും വ്യഞ്ജനങ്ങളും ചില്ലുകളും കൂട്ടക്ഷരങ്ങളും വള്ളി പുള്ളി അലങ്കാരങ്ങളും കൊണ്ട് എഴുതിയ പ്രണയ കാവ്യങ്ങൾ ദീർഘമായും ചിലപ്പോൾ ഹ്രസ്വമായും ജീവിതത്തിന്റെ അഭ്രപാളികളിൽ ഖരമായും അതിഖരമായും മറ്റു ചിലപ്പോൾ മൃദു ഘോഷത്തോടെയും കടന്നുവന്ന് അനുനാസികങ്ങളിൽ കുളിച്ച് മധ്യമ ഊഷ്മാക്കളിലൂടെ കടന്ന് ഹൃദയതാളുകൾ അമ്പത്തൊന്ന് അക്ഷരങ്ങളാൽ സമ്പന്നമാക്കിയതും നീ അറിയുന്നുണ്ടല്ലോ? നിലത്തെഴുതിപഠിച്ച ആശാൻ കളരിയിൽ നിന്നും ജീവിതക്കളരിയിലേക്കുള്ള കൂടുമാറ്റത്തിൽ എത്രയെത്ര വാങ്മയ ചിത്രങ്ങൾ നമ്മൾ അറിയാതെ കോറിയിട്ടു. ഒരു വേനലിനും എരിക്കാൻ കഴിയാത്ത തീക്ഷ്ണ യാഥാർത്ഥ്യങ്ങളിലൂടെ ജീവിത വ്യാകരണവും തേടി പോകുകയാണ് നമ്മളിപ്പോൾ.

സമുദ്രലംഘനം

ആ വഴിയിലൂടെ പോകാൻ കാരണം എന്താണെന്ന് എന്നോട് ചോദിക്കാൻ തുടങ്ങിയിട്ട് 'ഇശ്ലി' കാലായി. ചോദ്യത്തിന്റെ ഉത്തരം പുറംവഴി കയറിയിറങ്ങി അകവഴി കടന്ന് മൈലാഞ്ചി തളിരിട്ട അടയ്ക്കാമരവേലിയും കടന്ന് പലക ഭിത്തിയുടെ പുറം ചുവരിനു വെളിയിൽ വന്നു നിന്നു. കുഴിയാന കളം വരച്ച ചായ്പിനു കീഴെ വഴി തെറ്റിയ കണ്ണുകൾ എന്തിനോ വേണ്ടി പരതുന്നുണ്ടായിരുന്നു. എക്സ്റെ കണ്ണുകൾ പലക ഭിത്തി ഭേദിച്ച് തെങ്ങോല ഭിത്തിയും തുരന്ന് അടുക്കളയിൽ എത്തി നിന്നു. വിഭ്രമ ചുഴിയിൽ അകപ്പെട്ട് ഓരോ യാത്രയും അങ്ങനെ വഴിയറിയാതെ സഞ്ചരിക്കുന്നുണ്ടെന്ന തിരിച്ചറിവിൽ നേർവഴിയിലൂടെ ഞാൻ തിരിച്ചിറങ്ങി. ഇപ്പോഴും വഴിയറിയാത്ത എന്റെ യാത്രകൾ സമുദ്രലംഘനം നടത്തി മണലാരണ്യങ്ങൾ താണ്ടി ഒടുവിൽ ഗ്രാമത്തിന്റെ അതിരു പങ്കിടുന്ന ഇടവഴിയിൽ ലക്ഷ്യം തെറ്റി നിൽക്കാറുണ്ട്. കാഴ്ചയ്ക്കപ്പുറം... വഴികൾക്കപ്പുറം... കാത്തിരിക്കുന്ന എന്റെ പ്രിയപ്പെട്ടവളെ ഓർത്തോർത്ത്.

അന്തർദാഹം

പ്രണയാതുരമായ കാലഘട്ടങ്ങൾ നമുക്ക് സമ്മാനിച്ച അനർഘ നിമിഷങ്ങൾ ഹൃദയത്തിൽ സൂക്ഷിച്ചുകൊണ്ട് ഞാൻ നിനക്കായി കുറിക്കട്ടെ. മനസ്സും ശരീരവും യൗവ്വനതീഷ്ണമായ അനുരാഗരാത്രികളിൽ നിന്റെ കണ്ണിലെ തിളക്കവും കൗതുകവും എന്നെ വല്ലാതെ തരളിതനാക്കിയിരുന്നു. നിമിഷങ്ങളിലെ സൂക്ഷ്മാംശത്തിൽ പ്രണയരേണുക്കൾ സന്നിവേശിപ്പിച്ച് പ്രതീക്ഷയുടെ പൊൻപതംഗങ്ങൾക്ക് നവോന്മേഷം പകരുന്ന എത്രയെത്ര രാത്രികൾ കടന്നുപോയി. ഇണക്കവും പിണക്കവും ആസ്വദിച്ച് എന്റെ ഹൃദയത്തിൽ നിത്യനിലാവ് പാൽപ്പുഴയൊഴുക്കിയ ഗന്ധർവ്വ സന്ധ്യകളിൽ ഞാൻ നിന്നിൽ അലിയുകയായിരുന്നു. സ്വപ്നങ്ങൾക്ക് ചിറകുനൽകി നിന്റെ ചാരെ ഞാൻ അണയുമ്പോൾ വർഷങ്ങളായി കരുതിവെച്ച സ്നേഹം നൽകി എന്റെ കാതിൽ പ്രണയരാഗങ്ങൾ പാടിതന്ന് മടിയിൽ തലചായിച്ച് ഉറങ്ങിയതും സ്വപ്നത്തിലല്ലെന്ന് കരുതാനാണെനിക്കിഷ്ടം. സങ്കൽപ്പങ്ങളും യാഥാർത്ഥ്യങ്ങളും പൊരുത്തപ്പെടാൻ നീ കാണിച്ച സത്യസന്ധതയെ ഞാൻ ബഹുമാനിക്കുന്നു. സ്നേഹത്തിന്റെ ഉറവയിൽ കരുതലിന്റെ കരം ഗ്രഹിച്ച് നിന്റെ ഒപ്പം അവസാനം വരെ ഞാൻ ഉണ്ടാകും. ആകാശതാരകങ്ങളെ സാക്ഷി നിർത്തി ഞാൻ ഉറക്കെപറയും, നീ എന്റേതാണ്. എന്റേതുമാത്രം... മറ്റാർക്കും വിട്ടുകൊടുക്കുവാൻ എന്റെ സ്വാർത്ഥത അനുവദിക്കുന്നില്ല. ശേഷിക്കുന്ന അല്പായുസിൽ നഷ്ടപ്പെടുത്തിയ സ്നേഹസംഗമങ്ങൾക്ക് മിഴിതുറക്കാം. രാവിന്റെ അന്തർദാഹത്തിൽ നമുക്ക് അലിയാം. സ്നേഹ സമീകരണങ്ങൾക്ക് പുതിയ സൂത്രവാക്യങ്ങൾ രചിക്കാം. എനിക്ക് സ്നേഹം വേണം. അല്ലെങ്കിൽ ഗതികിട്ടാത്ത ആത്മാവായി ഈ സ്നേഹഭൂമികയിൽ അലഞ്ഞലഞ്ഞു നടക്കും. പൂത്തു മരിക്കുന്ന മുളയാകാനല്ല എനിക്കിഷ്ടം, മറിച്ച് മുളങ്കമ്പിൽ മധുരം കിനിയുന്ന മുരളിയാകാൻ.

ഉത്തരായനം

ശാന്തം, ഗംഭീരം, നാൾവഴിയിലെ കണക്കെടുപ്പുകൾ. മനസ്സ് നിറഞ്ഞു കവിയുന്ന കാഴ്ചവട്ടങ്ങൾ. പരിഭവത്തിന്റെ കെട്ടഴിക്കൽ, കരുതലിന്റെ കരുത്ത്, നിസ്സഹായതയുടെ ദൈന്യത, അറിയലിന്റെ അമ്പരപ്പ്, സഹനത്തിന്റെ സാക്ഷിമൊഴി, സ്നേഹത്തിന്റെ ഉത്തരായനങ്ങൾ, നഷ്ടബോധത്തിന്റെ നനുത്ത തേങ്ങലുകൾ, നിശ്വാസത്തിന്റെ ഉയർച്ചതാഴ്ച്ചകൾ, ബന്ധത്തിന്റെ ബന്ധനങ്ങൾ, നോട്ടത്തിന്റെ പിഴവുകൾ, ദയനീയതയുടെ കണ്ണീരുപ്പ്, കാത്തിരിപ്പിന്റെ അനന്തത, സ്വന്തമല്ലെന്ന തിരിച്ചറിവുകൾ, പ്രതീക്ഷകളുടെ ചുറുചുറുക്ക്, മധ്യാഹ്നത്തിന്റെ തളർച്ച, ആർദ്രതയുടെ നറുനിലാവ്, പ്രണയത്തിന്റെ ഉഷ്ണമാപിനികൾ, കയറുമ്പോൾ ഇറങ്ങാനും ഇറങ്ങുമ്പോൾ കയറാനുമുള്ള വെറും തോന്നലുകൾ, കലഹത്തിന്റെ കാമവും വിരഹത്തിന്റെ ക്രോധവും നഷ്ടത്തിന്റെ ലോഭവും. ഇവയെല്ലാം കൂടിച്ചേർന്ന കാത്തിരിപ്പിന്റെ മോഹം, ഈ അവധൂത സഞ്ചാരത്തെ പൂർണ വിരാമത്തിലെത്തിക്കുന്നു.

ചില പ്രണയങ്ങൾ

സ്വയംഉരുകിയമെഴുകുതിരിരാസമാറ്റവും ഭൗതികമാറ്റവും കാണിച്ചുതന്നു. വിധിക്കപ്പെട്ട ജന്മത്തിൽ ഒട്ടും പഴിപറയാതെ. ചില പ്രണയങ്ങൾ അങ്ങനെയാണ്. മെഴുകുതിരി കത്തി ഒടുങ്ങുന്നതുപോലെ.

മുഖപുസ്തകം

മരുഭൂമിയിലെ പൂക്കാലം മുഖപുസ്തകത്താളിൽ ഒളിപ്പിച്ചുവെച്ചതറിയാതെ നീണ്ട വർഷങ്ങൾ കടന്നുപോയി. പ്രണയമഴ പെയ്തിറങ്ങിയ ഓർമയുടെ വർണങ്ങളിൽ നഷ്ടബോധത്തിന്റെ യൗവ്വനം ഒരു പിൻവിളിക്കവിതയായി എന്റെ മുൻപിൽ പ്രത്യക്ഷപ്പെട്ടു. നഗ്നവും അതേസമയം വിശുദ്ധവുമായ പ്രണയാനുഭവം ഭാവനയുടെ വർണചിറകേറി അനുഭൂതിയുടെ നൂലില്ലാ പട്ടമായി പറന്നുല്ലസിക്കുന്നു.

സുനാമി

കടൽ കാമുകിയും, കര കാമുകനുമാണ്. ചുംബന സമരങ്ങളുടെ വേലിയേറ്റവും വേലിയിറക്കവും ഇരുവരും ആസ്വദിക്കുന്നുമുണ്ട്. കടലിന്റെ ആഴങ്ങളിൽ ഒളിപ്പിച്ചു വെച്ച രഹസ്യ ഖനിതേടി എത്രഎത്ര യാത്രകൾ... കാമുകീ നിന്റെ ഹൃദയം കടലിന്റെ ആഴവും പരപ്പും പോലെ അത്ര നിഗൂഢമായി ഇപ്പോഴും നിലകൊള്ളുന്നു. തീരത്തെ പുൽകാനുള്ള തിരയുടെ ശാഠ്യവും തീരം വിട്ടൊഴിഞ്ഞു കൂടുതൽ ശക്തിയോടെ തന്നെ കരവലയത്തിലാക്കുവാനുള്ള തീരത്തിന്റെ കാത്തിരിപ്പും കാണേണ്ട കാഴ്ചതന്നെ. ഹേ! മഹാസാഗരമേ, ഒരുവേള സുനാമിയായി നീ വന്ന് എന്റെ സ്വപ്നങ്ങളാൽ ഞാൻ നെയ്തെടുത്ത മണ്ണുകൊട്ടാരം നീ കൊണ്ടുപോകുന്ന ദുരന്തകാഴ്ച കണ്ണുകളാൽ കാണുവാൻ, തിരയടങ്ങാത്ത ഈ തീരത്ത് ഞാൻ കാത്തു നിൽക്കുകയാണ്.

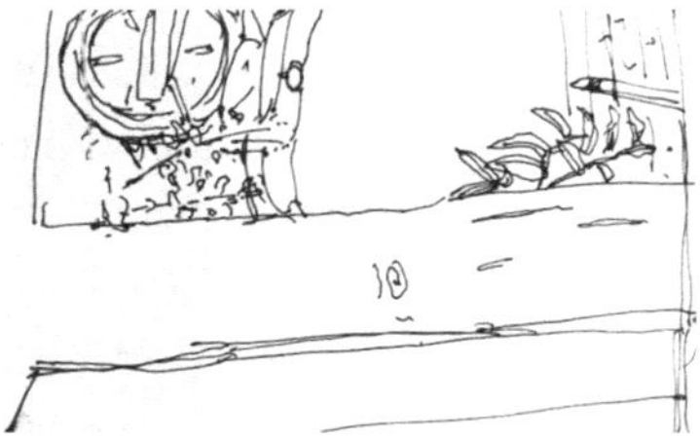

ശ്ലഥ ചിത്രങ്ങൾ

അവളുടെ കൺചിമിഴിൽ നിറഞ്ഞു കവിഞ്ഞൊഴുകിയ സ്നേഹനീരിൽ എന്റെ കാതരഹൃദയം ഒരുവേള മൂകമായി നിന്നുപോയി. നിഴലും വെളിച്ചവും ശ്ലഥ ചിത്രങ്ങൾ തീർത്ത നിലാവിൽ എന്റെ മനസ്സിന്റെ അകത്തളങ്ങളിൽ താരാട്ടുപാടിയുറക്കിയ പ്രണയവല്ലരികളെ പൂക്കാതെ പൊള്ളുന്ന ജീവിത യാഥാർത്ഥ്യങ്ങളെ, വർണ കടലാസിൽ പൊതിഞ്ഞ് അവൾക്കു നേരെ നീട്ടി. നീണ്ട കാത്തിരിപ്പിന്റെ നെരിപ്പോടിൽ വക്കു പൊട്ടിയ പ്രേമോപഹാരം മനസ്സു കൊണ്ട് ഏറ്റുവാങ്ങിയതിന്റെ തെളിവായിരുന്നു അവളുടെ കലങ്ങിമറിഞ്ഞ കണ്ണിൽ ഞാൻ കണ്ട കവിത. നീണ്ട മൗനവും അതിനിടയിലെ നീണ്ട നെടുവീർപ്പും കാലത്തെ അടയാളപ്പെടുത്തിയ പ്രണയവർത്തമാനങ്ങളായിരുന്നു. അതെ അതുതന്നെ. അതുതന്നെയായിരുന്നു അവളുടെ പ്രണയവർത്തമാനങ്ങൾ.